ஜன்னல் மலர்

ஜன்னல் மலர்

சுஜாதா

கிழக்கு

ஜன்னல் மலர்
Jannal Malar
by Sujatha
Sujatha Rangarajan ©

Kizhakku First Edition: October 2010
80 Pages
Printed in India.

ISBN 978-81-8493-566-0
Kizhakku - 562

Kizhakku Pathippagam
177/103, First Floor,
Ambal's Building, Lloyds Road,
Royapettah, Chennai 600 014.
Ph: +91-44-4200-9603

Email : support@nhm.in
Website : www.nhm.in

🅕 kizhakkupathippagam
🅣 kizhakku_nhm

Cover Image : Shutterstock

Kizhakku Pathippagam is an imprint of New Horizon Media Private Limited.

This book is sold subject to the condition that it shall not, by way of trade or otherwise, be lent, resold, hired out, or otherwise circulated without the publisher's prior written consent in any form of binding or cover other than that in which it is published and without a similar condition including this the rights under copyright reserved above, no part of this publication may be reproduced, stored in or introduced into a retrieval system, or transmitted in any form or by any means (electronic, mechanical, photocopying, recording or otherwise), without the prior written permission of both the copyright owner and the above-mentioned publisher of this book.

─ ─ ─ ─ ─ ─ ♦ ─ ─ ─ ─ ─ ─

'இந்த இடத்தைக் கண்டாலே எனக்கு என்னவோ செய்யுது வயத்திலே. திரும்பத் திரும்ப என் புருஷன் கைதின்னு ஞாபகப்படுத்திக்கொண்டு, 'ஏண்டி! மீனா ஜெயிலுக்குப் போய் வரியா? உன் புருசன் நல்லா இருக்கானா'ன்னு அவுங்க கேக்கறதையும் எனக்குத் தாங்க முடியலே. காசு பணம் தேடறதும் இந்தப் பிள்ளையை வளர்க்கிறதும் என் அண்ணன்கிட்ட கடன் கேக்கிறதும் அண்ணி மூஞ்சில அடிச்சாப்பலே பேசறதும், வீடு வீடா ஏறி சோப்புத்தூள் வித்து அஞ்சு ரூபா சம்பாதிக்கிறதும்... எனக்குப் போறும். இதுக்கு நடுவிலே உங்களை வேற வந்து பார்க்கறதுக்கு ஆகிறதில்லை.'

─ ─ ─ ─ ─ ─ ♦ ─ ─ ─ ─ ─ ─

சிறையிலிருந்து வெளியே வந்தான். மெதுவாக நடந்தான். எத்தனை இன்பமான இரைச்சல்கள். தன்னைப் பார்த்து ஆச்சரியப்பட்டான். முரட்டுக் கதர் அரைக்கைச் சட்டையும் கால்சராயும் இல்லாமல் அவன் தன் பழைய உடைகளை அணிந்திருந்தான். தலையைத் தடவிக்கொண்டான். குல்லாய் இல்லை. பையைத் தொட்டுக்கொண்டான். நிறையப் பத்து ரூபாய் நோட்டுகளும் சில்லறையும் இருந்தன.

'சோமு, போய்ட்டு வரியா?'

'இல்லே சார். போறேன், திரும்பி வரமாட்டேன்.'

'இதுலே ஒரு கையெழுத்து போட்டுடு. நீ ஜெயில்லே இருக்கறப்போ சம்பாதிச்ச பணத்துக்குக் கணக்கு இந்தப் புத்தகத்திலே இருக்கு. கான்டீன் கூப்பன்களுக்குக் கொடுத்தது போகத் தினம் எட்டணா மேனிக்கு.'

'கணக்கெல்லாம் சரியாகத்தான் சார் இருக்கும்.'

'எஸ். தேவராஜன்னு ஒருத்தர் உனக்கு அனுப்பின பணம் இருநூறு ரூபா, அப்படியே என் கணக்கிலே தங்கிப் போச்சு.'

'அந்தப் பணம் வேண்டாம் சார்.'

‘வேண்டாம்னா? நான் அதை வெச்சுண்டு என்ன பண்றது? ஆடிட்லே புரட்டிப்புடுவான்.’

‘நீங்களே வெச்சுக்கங்க சார், நன்கொடையா.’

‘சூப்ரெண்டுகள் கைதிகிட்ட நன்கொடை வாங்கற காலம் இன்னும் வரலைப்பா. உன் கைப்பட லெட்டர் எழுதிக் கொடு. கைதிகளுக்கு ஏதாவது வாங்கி டிஸ்ட்ரிப்யூட் பண்ணிடலாம்.’

‘கைதிகளுக்குக் கொடுக்காதீங்க சார். உங்க வார்டர்களுக்குக் கொடுங்க.’

‘வார்டர்களுக்குக்கா?’

‘ஆமா சார், அவங்களும் கைதிங்கதான்.’

புதிய காற்று, புதிய வெயில், புதிய உத்வேகம். சுவரொட்டி களில் அழகான கதாநாயகர்களும் நாயகிகளும் தொட்டுக்கொண் டிருந்தார்கள். ‘பதினாறு வயதினிலே’, ‘ஆடு புலி ஆட்டம்’, ‘நாம் பிறந்த மண்’, ‘ஓடி விளையாடு தாத்தா’ எல்லாவற்றையும் பார்த்துவிடவேண்டும்.

திரும்பிப் பார்த்தான். வெள்ளைக்காரன் காலத்தில் கட்டின சிறையின் வளைந்த வாசலில் கோர்ட்டுக்குப் போகும் கைதி களுக்காகக் காத்திருந்த போலீஸ் வண்டி. மறுபடி மறுபடி பூட்டப்பட்டிருக்கும் கேட்.

உள்ளே அவனை அவர்கள் கொடுமைப்படுத்தவில்லை. அந்தச் சுவர்களுக்குள் ஓர் எல்லைவரை சலுகைகள் கொடுத்தார்கள். சூபரின்டெண்டெண்ட் வீட்டு மாட்டுக்குப் புல் வெட்ட அனுமதித்தார்கள். நடைபழக சிலநூறு கஜங்கள் கிடைத்தன. தின்னச் சோறு கிடைத்தது. பதினாறு மில்லிமீட்டர் உதவியில் ‘நாம் இருவர்’, ‘நம்நாடு’ போன்ற சினிமாக்கள் பார்த்தார்கள். இந்திய சர்க்காரின் சிங்கத்தைக் காட்டிவிட்டு டாகுமெண்டரிகள் நம் நாட்டின் அபார முன்னேற்றங்களைத் தெரிவித்தன. ‘ஆத்ம சோதனை’, ‘ஸோக்ரதர்’, ‘சிறு தொழில் செய்வது எப்படி?’ என் றெல்லாம் புத்தகங்கள் லைப்ரரியில் கிடைத்தன. ‘சகவாச தோஷத்தால் ஞானியும் திருடனாகலாம்’ போன்ற பொன்மொழி களைப் போர்டில் எழுதினார்கள். அவன் தையல் கற்றுக் கொண்டான். தச்சுவேலை கற்றுக்கொண்டான். கைத்தறிகளில்

ங்கே தெரியுமா?'

தெரியாதுங்களே. பாவம், கஷ்டப்பட்டது, சின்னக் குழந்தையை வச்சிக்கிட்டு.'

அண்ணன் வீட்டுக்குப் போயிருக்குமா?'

இருக்கலாம். நம்ம கடையிலகூட பாக்கி இருக்குது, 'ஒரு மாசத் லே வந்து குடுத்துட்டுப் போறேன் கோபாலு'ன்னு சொல் ட்டுப் போச்சு! அப்புறம் காணலே'

எத்தனை பாக்கி?'

நாப்பத்தஞ்சு.'

நாற்பத்தைந்து ரூபாயை எண்ணிக் கொடுத்துவிட்டு நடந்தான். அவர்கள் குடித்தனம் நடத்தி சிரித்துச் சந்தோஷப்பட்டுச் சண்டை போட்டுச் சமாதானமடைந்து படுத்து அணைத்து ஆனந்தித்து அழுத இடத்தில் 'அன்பு நிலையம்' என்கிற புதிய வீடு பதிந்து நின்றுகொண்டிருந்தது. அண்ணன் வீட்டில்தான் இருப்பாள்.

கதவு திறந்ததும் அண்ணி சற்று நேரம் திகைத்தாள்.

'யாரு, மீனா புருசனா?' கண்களில் பயம் தெரிந்தது.

'ஆமாங்க!'

'அட!'

'உள்ளே வரலாங்களா?'

'வா, வா. அவரு டூட்டிக்குப் போயிருக்காரு!'

'மீனா எங்கே தெரியுங்களா?'

'தெரியாதே!'

'இங்கே வரலையா?'

'நீ போனதும் ஒரு நாலஞ்சு மாசம் இங்கேதான் இருந்திச்சு. கஷ்டமோ நஷ்டமோ, இருக்கிறதிலே ஏதோ பங்கு போட்டுக் கிட்டுச் சோறு போட்டுக்கிட்டுத்தான் இருந்தோம். அவளுக்கு என்னவோ மனசிலே வந்திடுச்சு. ஏதோ ஒரு தடவை

வண்ண வண்ணக் கம்பளங்கள் நெய்தான். வாராவாரம் அவர் களுக்கு ஒரு கேக் சோப்பு கிடைத்தது. (வார்டருக்கு அதை இரண்டு பீடிக்கு விற்றார்கள்.) தேசிய நாட்களில் தித்திப்பாக ஏதோ தின்னக் கொடுத்தார்கள். அவர்களைப் போலவே குல்லாய் அணிந்துகொண்டு ஒரு தைரிய மந்திரி உள்ளே வந்து கைதிகளைச் சற்று தூரத்திலிருந்து பார்த்துச் சேவித்தார். அவர்கள் ஆர்மோனியம், தபலாவுடன், 'இனி ஒரு விதி செய்வோம்' பாடிக் காட்டினார்கள். எல்லோருக்கும் துணி வழங்கிவிட்டு மைக் விசில் நின்றதும் மந்திரி, 'காந்தி சிறைக்குப் போயிருக்கிறார், நேரு சிறைக்குப் போயிருக்கிறார். நீங்கள் எல்லோரும் சந்தர்ப்ப வசத்தால் தப்பு செய்துவிட்டீர்கள். வெளியே உங்களுக்கு மறு வாழ்வு காத்திருக்கின்றது. சென்றதை மறந்து மன்னித்து அணைத்துக்கொள்ள கரங்கள் காத்திருக்கின்றன!' என்றதற்கு பதிலாகப் பின்வரிசையில் ஒரு கைதி பர்ர்ர் என்று ஸ்பஷ்டமாகக் கூச்சமில்லாமல் விட்டான்,

சிறை மறுபடி வேண்டாம். ஒரு அனுபவம் ஜென்மங்களுக்கும் போதும். அடித்தளத்தில் இருக்கும் மூர்க்கத்தனங்களையும் வஞ்சகத்தையும் வெறுப்பையும் வேதனையையும் ஹோமோ செக்ஸுவாலிட்டியையும் சந்தித்தாகிவிட்டது.

'சோமு பார்றா எப்படி இருக்கிறான்! நெத்திலே ஒரு பொட்டு வெச்சு காதிலே ஒரு பொட்டு வைச்சுட்டுப் பார்றா! டேய்! அப்படி துப்பட்டியை தாவணி மாதிரி கட்டிக்கிட்டா... சோமு கண்ணு! கிட்ட வாடி!'

சலூனுக்குப் போய் சவரம் செய்துகொண்டான். செருப்பு வாங்கிக்கொண்டான். சிவப்பு சிவப்பாகச் சென்ற பஸ்களில் ஒன்றில் மயிலாப்பூருக்கு விசாரித்து ஏறிக்கொண்டான். அங்கே அவள் இருப்பாளா என்ன?

'அன்புள்ள மீனு! உனக்குக் காகிதம் எழுதி எழுதிப் பதிலில் லாமல் நான் சோர்ந்து போயிருக்கிறேன். என்னை நீ பார்க்க வருவதில்லை. காகிதமாவது எழுதக் கூடாதா? குழந்தையைப் பார்க்கக்கூட எனக்குக் கொடுத்து வைக்கவில்லையா? நான் செய்த குற்றத்திற்குச் சிறை தண்டனை போதாதா? நீ வேறே தண்டிப்பாயா? எனக்குப் பல வாரங்களாக உடம்பு சரியில்லை. நான்கு நாட்கள் ஜெயில் ஆஸ்பத்திரியிலேயே படுத்திருந்தேன். இதைத் தந்தி போல் பாவித்து உடனே லெட்டர் போடவும். நான்

பரோலுக்கு மனுப் போட்டிருக்கிறேன். ஓடி வந்து ஒரே ஒரு தடவை உன்னைப் பார்த்துவிட்டுப் போகிறேன். உனக்கு என் அன்பு முத்தங்களுடன்...

உன்னை என்றும் மறவாத

சோமு.'

விலாசதாரர் இல்லை என்று திரும்பி வந்த கடிதத்தைப் பையில் போட்டுக்கொண்டான்.

எங்கே போயிருப்பாள்? யாருக்குத் தெரியும்? ஜகனுக்குத் தெரிந்திருக்கலாம். இல்லை, பேட்டையிலே விசாரிக்கலாம். பெண்கள் சீட்டில் உட்கார்ந்திருக்கிறாளே... அசப்பில் அவள் போலத்தான் இருப்பாள். கொஞ்சம் நிறக்குறைவு. சடை நீளமாக இருக்கும். பிள்ளை பெற்றாலும் வயிறு அடங்கியே இருந்தது. நடந்தால் மார்பு மிதக்கும்... எத்தனையோ நாட்களுக்குமுன் தொட்ட மனைவி.

'வீட்டுக்குப் போனதும்... நே...ராப் பெண்டாட்டி மேலே பாய்வே! என்ன சோமு! அப்புறம்தானே பாக்கியெல்லாம்.... அதுக்கு முன்னாலே சோமுக்கண்ணு...'

முன் சீட்டிலிருந்து ஒரு குழந்தை எட்டிப் பார்த்துப் பச்சைக் காகிதத்தை அவனிடம் காட்டி, திக்கெத் என்றது. அதன் அம்மா, 'டேய் ரமேஷ்!' என்று அதட்டினாள். சோமு, 'வா' என்று கூப்பிட, தாவி அவனிடம் வந்தது.

'குழந்தையைக் கொண்டுவரலையா!'

'அவனுக்கு விவரம் புரிய ஆரம்பிச்சுடுச்சு, வேணாம்னுட்டு பக்கத்து வீட்டிலே விட்டுட்டு வந்திருக்கேன்.'

'போன மாசம் ஏன் பார்க்க வரலை?'

'மாசாமாசம் பார்க்கணும்னு என்ன ரூலா?'

'அப்படிச் சொல்லிடாதே மீனு! நீ பார்க்க வரதை எதிர்பார்த்துக் கிட்டுத்தான் என் நாட்களே ஓடுது.'

'இனிமே நான் பார்க்க வரப்போறதில்லை!'

'என்ன மீனு?'

'இந்த இடத்தைக் கண்டாலே எனக்கு என்
வயத்திலே. திரும்பத் திரும்ப என் புருஷன் கை
படுத்திக்கொண்டு, 'ஏண்டி! மீனா ஜெயிலுக்குட
உன் புருசன் நல்லா இருக்கானா'ன்னு அவுங்க
எனக்குத் தாங்க முடியலே. காசு பணம் தே
பிள்ளையை வளர்க்கிறதும் என் அண்ண
கேக்கிறதும் அண்ணி மூஞ்சில அடிச்சாப்பலே
வீடா ஏறி சோப்புத்தூள் வித்து அஞ்சு ரூபா சம்
எனக்குப் போறும். இதுக்கு நடுவிலே உங்கள
பார்க்கறதுக்கு ஆகிறதில்லை. எல்லாத்தையும்
வாங்க நீங்க. அப்புறம் வந்து சம்பாதிச்சுப் போடு

லஸ் முனையில் இறங்கினான். விறுவிறு
தெப்பக்குளம் தாண்டி சாயிபாபா கோயிலைத்
வதியைக் கடந்து உலர்ந்த மூங்கில் கம்பங்களில்
கொடிகள் ஆடும் பேட்டைக்கு வந்தான். பே
யிருந்தது. புதுசாகச் சில கான்கிரிட் பங்களாக்க
குடிசைகள் பிடிவாதமாக மிஞ்சியிருந்தன. ஒரு
போர்டு போட்டு கீற்றுக் கொட்டகை ஒன்று புதி
மகளிர் என்று போட்டு ஒரு கக்கூஸ் கட்டியிருந்தார்க
யின் முகமே மாறியிருந்தது. கடைகள் எல்லாம்
கடைகள் எல்லாம் மூடிவிட்டார்களா? அந்தப்
சற்று பரிச்சயமானது போல் தோன்றியது

'இங்கே மீனாட்சின்னு ஒரு பொண்ணு, ஒ
புள்ளையோட இருந்திச்சே'

'எங்க அக்கா பேருகூட மீனாட்சி!'

'யாரு?'

கடையின் பின்புறத்திலிருந்து வெளிப்பட்டவன்
அடையாளம் கண்டுகொண்டான்.

'அட, வந்துட்டீங்களா!' சுற்றுமுற்றும் பார்த்தான்.

'என் பொண்டாட்டி எங்கே தெரியுங்களா உங்களுக்கு?

'அவுங்க அப்பவே காலி பண்ணிட்டுப் போயிட்டாங்க

உன்னைப்பத்தி பேச்சு வந்தபோது என்ன சண்டை புடிச்சா தெரியுமா? என்னை என்ன வேணும்னா சொல்லட்டும்! அவரு வீட்டுக்குப் பெரியவரு. அவரைப் போய் கன்னாபின்னான்னு பேசினா! சரியா விசாரிக்காம அவளைக் கல்யாணம் கட்டிக் கொடுத்திட்டமாம்! நாங்கதான் எல்லாத்துக்கும் காரணமாம் ஒத்தியாவே சமாளிச்சுக்கிறாளாம். என்னவோ ஒன்னு கத்திட்டுப் புறப்பட்டுப் போய்ட்டா! தடுத்து நிறுத்த முடியுமா சொல்லு...'

நடை தளர்ந்து செய்வது என்னவென்று தீர்மானிக்காமல் வெளியே நடந்தான்.

'வீட்டிலே ஒரு வேலை செய்யமாட்டா. ராணி மாதிரி குந்திக் கிட்டிருந்தா. என்னவோ சீப்பு விக்கிறேன், சோப்பு விக்கி றேன்னு புறப்பட்டுப் போய்விடுவா! ஒத்தை ரூபா கேட்டமா? ஒரு வார்த்தை சீன்னு பேசினமா. அவ பேசின பேச்சை நீ கேட்டிருக்கணும். ராங்கிக்காரிய்யா!'

எங்கே இருப்பாள்? ஜகன்! ஜகனுக்குத் தெரிந்திருக்கலாம்.

அவன் செய்யவே கூடாது என்று தீர்மானித்த ஒன்றைச் சிறையிலிருந்து வெளிவந்த தினமே செய்தான்.

அவன் மனத்தில் அந்த டெலிபோன் எண் துல்லியமாகப் பதிந்திருந்தது. மறக்க முடியாத நம்பர்.

பங்க்குக்கு எதிரே இருந்த டெலிபோன் கூட்டுக்குள் புகுந்து சுழற்றிக் காசு போட்டு,

'ஹலோ!'

'ஜகன் இருக்காருங்களா?'

'யார் பேசறது?'

'நான் அவர் நண்பனுங்க...'

'யாரு, பேரு சொல்லுய்யா!...' தேவராஜன் குரல்தான். சந்தேக மில்லை. அந்தக் குரலை மறக்க முடியாது. தயக்கத்துக்குப் பின், 'நான்தாங்க சோமு!'

'சோமு, வந்துட்டியாடா வெளியிலே?' குரலில் சந்தோஷம் மிதந்தது.

‘வந்துட்டேங்க.’

‘இன்னும் மூணு மாசம் இருந்ததே!’

‘நல்ல நடத்தைக்காக முன்னாலேயே விட்டுட்டாங்க!’

‘அடி சக்கை? நல்ல நடத்தையா! சோமு! எங்கிருந்து பேசற! நான் உன்னைப் பார்க்கணும்! நான் அனுப்பிச்ச பணம் வந்ததா!’

‘வந்ததுங்க.’

‘சரி, எங்கேயிருந்து பேசறே?’

‘இங்க ஆழ்வார்பேட்டையில் பப்ளிக் கால்பாக்ஸு.’

‘உடனே வா! இடம் தெரியுமில்லே?’

‘இல்லீங்க! முதல்லே என் பொண்டாட்டியைப் பார்க்கணுங்க!’

‘சரி! போய்ப் பார்த்துட்டு ...ட்டு சீக்கிரம் வா!’

‘அவ எங்க இருக்கான்னே தெரியலைங்க!’

‘போயிட்டாளா?’

‘இல்லீங்க. மெட்ராஸ்லதான் இருக்கணும்... ஜகனுக்குத் தெரிஞ்சிருக்கலாம்னு ஜகனைக் கேக்கத்தான் உங்களுக்கு டெலிபோன் பண்ணினேன்’

‘ஜகன் இருக்கானே, பேசறியா? டேய், ஜகன்... சோமு.’

‘ஜகன் ஸ்பீக்கிங்! என்ன சோமு! என்ன வாத்யாரே வந்துட்டியா?’

‘வந்துட்டேன்...’

‘சுவரேறிக் குதிச்சு வந்தியா? அவுங்களா விட்டுட்டாங்களா?’

‘ஜகன்! மீனாவும் குழந்தையும் எங்கேன்னு தெரியுமா? உனக்கு?’

‘யாரு, உன் பொண்டாட்டிதானே? இரு, எப்பவோ ஒரு தடவை பஸ் ஸ்டாண்டிலே பார்த்த ஞாபகம் இருக்குது. அப்ப விசாரிச்சேன். ‘அண்ணன்கிட்டக்கூட இல்லை. தனியாகத்தான் இருக்கேன்’னுது. ‘எங்கே இருக்கே தங்கச்சி’ன்னு கேட்டேன். சொல்லமாட்டேன்னிடுச்சு.... தேவராஜ் சார் பணம் கொடுக்கச்

வண்ண வண்ணக் கம்பளங்கள் நெய்தான். வாராவாரம் அவர் களுக்கு ஒரு கேக் சோப்பு கிடைத்தது. (வார்டருக்கு அதை இரண்டு பீடிக்கு விற்றார்கள்.) தேசிய நாட்களில் தித்திப்பாக ஏதோ தின்னக் கொடுத்தார்கள். அவர்களைப் போலவே குல்லாய் அணிந்துகொண்டு ஒரு தைரிய மந்திரி உள்ளே வந்து கைதிகளைச் சற்று தூரத்திலிருந்து பார்த்துச் சேவித்தார். அவர்கள் ஆர்மோனியம், தபலாவுடன், 'இனி ஒரு விதி செய்வோம்' பாடிக் காட்டினார்கள். எல்லோருக்கும் துணி வழங்கிவிட்டு மைக் விசில் நின்றதும் மந்திரி, 'காந்தி சிறைக்குப் போயிருக்கிறார், நேரு சிறைக்குப் போயிருக்கிறார். நீங்கள் எல்லோரும் சந்தர்ப்ப வசத்தால் தப்பு செய்துவிட்டீர்கள். வெளியே உங்களுக்கு மறு வாழ்வு காத்திருக்கின்றது. சென்றதை மறந்து மன்னித்து அணைத்துக்கொள்ள கரங்கள் காத்திருக்கின்றன!' என்றதற்கு பதிலாகப் பின்வரிசையில் ஒரு கைதி பர்ர்ர் என்று ஸ்பஷ்டமாகக் கூச்சமில்லாமல் விட்டான்,

சிறை மறுபடி வேண்டாம். ஒரு அனுபவம் ஜென்மங்களுக்கும் போதும். அடித்தளத்தில் இருக்கும் மூர்க்கத்தனங்களையும் வஞ்சகத்தையும் வெறுப்பையும் வேதனையையும் ஹோமோ செக்ஸுவாலிட்டியையும் சந்தித்தாகிவிட்டது.

'சோமு பார்றா எப்படி இருக்கிறான்! நெத்திலே ஒரு பொட்டு வெச்சு காதிலே ஒரு பொட்டு வைச்சுட்டுப் பார்றா! டேய்! அப்படி துப்பட்டியை தாவணி மாதிரி கட்டிக்கிட்டா... சோமு கண்ணு! கிட்ட வாடி!'

சலூனுக்குப் போய் சவரம் செய்துகொண்டான். செருப்பு வாங்கிக்கொண்டான். சிவப்பு சிவப்பாகச் சென்ற பஸ்களில் ஒன்றில் மயிலாப்பூருக்கு விசாரித்து ஏறிக்கொண்டான். அங்கே அவள் இருப்பாளா என்ன?

'அன்புள்ள மீனு! உனக்குக் காகிதம் எழுதி எழுதிப் பதிலில் லாமல் நான் சோர்ந்து போயிருக்கிறேன். என்னை நீ பார்க்க வருவதில்லை. காகிதமாவது எழுதக் கூடாதா? குழந்தையைப் பார்க்கக்கூட எனக்குக் கொடுத்து வைக்கவில்லையா? நான் செய்த குற்றத்திற்குச் சிறை தண்டனை போதாதா? நீ வேறே தண்டிப்பாயா? எனக்குப் பல வாரங்களாக உடம்பு சரியில்லை. நான்கு நாட்கள் ஜெயில் ஆஸ்பத்திரியிலேயே படுத்திருந்தேன். இதைத் தந்தி போல் பாவித்து உடனே லெட்டர் போடவும். நான்

பரோலுக்கு மனுப் போட்டிருக்கிறேன். ஓடி வந்து ஒரே ஒரு தடவை உன்னைப் பார்த்துவிட்டுப் போகிறேன். உனக்கு என் அன்பு முத்தங்களுடன்...

உன்னை என்றும் மறவாத

சோமு.'

விலாசதாரர் இல்லை என்று திரும்பி வந்த கடிதத்தைப் பையில் போட்டுக்கொண்டான்.

எங்கே போயிருப்பாள்? யாருக்குத் தெரியும்? ஜகனுக்குத் தெரிந்திருக்கலாம். இல்லை, பேட்டையிலே விசாரிக்கலாம். பெண்கள் சீட்டில் உட்கார்ந்திருக்கிறாளே... அசப்பில் அவள் போலத்தான் இருப்பாள். கொஞ்சம் நிறக்குறைவு. சடை நீளமாக இருக்கும். பிள்ளை பெற்றாலும் வயிறு அடங்கியே இருந்தது. நடந்தால் மார்பு மிதக்கும்... எத்தனையோ நாட்களுக்குமுன் தொட்ட மனைவி.

'வீட்டுக்குப் போனதும்... நே...ராப் பெண்டாட்டி மேலே பாய்வே! என்ன சோமு! அப்புறம்தானே பாக்கியெல்லாம்.... அதுக்கு முன்னாலே சோமுக்கண்ணு...'

முன் சீட்டிலிருந்து ஒரு குழந்தை எட்டிப் பார்த்துப் பச்சைக் காகிதத்தை அவனிடம் காட்டி, திக்கெத் என்றது. அதன் அம்மா, 'டேய் ரமேஷ்!' என்று அதட்டினாள். சோமு, 'வா' என்று கூப்பிட, தாவி அவனிடம் வந்தது.

'குழந்தையைக் கொண்டுவரலையா!'

'அவனுக்கு விவரம் புரிய ஆரம்பிச்சுடுச்சு, வேணாம்னுட்டு பக்கத்து வீட்டிலே விட்டுட்டு வந்திருக்கேன்.'

'போன மாசம் ஏன் பார்க்க வரலை?'

'மாசாமாசம் பார்க்கணும்னு என்ன ரூலா?'

'அப்படிச் சொல்லிடாதே மீனு! நீ பார்க்க வரதை எதிர்பார்த்துக் கிட்டுத்தான் என் நாட்களே ஓடுது.'

'இனிமே நான் பார்க்க வரப்போறதில்லை!'

'என்ன மீனு?'

‘இந்த இடத்தைக் கண்டாலே எனக்கு என்னவோ செய்யுது வயத்திலே. திரும்பத் திரும்ப என் புருஷன் கைதின்னு ஞாபகப் படுத்திக்கொண்டு, ‘ஏண்டி! மீனா ஜெயிலுக்குப் போய் வரியா? உன் புருசன் நல்லா இருக்கானா’ன்னு அவுங்க கேக்கறதையும் எனக்குத் தாங்க முடியலே. காசு பணம் தேடறதும் இந்தப் பிள்ளையை வளர்க்கிறதும் என் அண்ணன்கிட்ட கடன் கேக்கிறதும் அண்ணி மூஞ்சில அடிச்சாப்பலே பேசறதும், வீடு வீடா ஏறி சோப்புத்தூள் வித்து அஞ்சு ரூபா சம்பாதிக்கிறதும்... எனக்குப் போறும். இதுக்கு நடுவிலே உங்களை வேற வந்து பார்க்கறதுக்கு ஆகிறதில்லை. எல்லாத்தையும் முடிச்சுக்கிட்டு வாங்க நீங்க. அப்புறம் வந்து சம்பாதிச்சுப் போடுங்க...’

லஸ் முனையில் இறங்கினான். விறுவிறு என்று நடந்து தெப்பக்குளம் தாண்டி சாயிபாபா கோயிலைத் தாண்டி வாரா வதியைக் கடந்து உலர்ந்த மூங்கில் கம்பங்களில் சாயம் போன கொடிகள் ஆடும் பேட்டைக்கு வந்தான். பேட்டை மாறி யிருந்தது. புதுசாகச் சில கான்கிரிட் பங்களாக்கள் தெரிந்தன. குடிசைகள் பிடிவாதமாக மிஞ்சியிருந்தன. ஒரு சபா என்று போர்டு போட்டு கீற்றுக் கொட்டகை ஒன்று புதிதாக இருந்தது. மகளிர் என்று போட்டு ஒரு கக்கூஸ் கட்டியிருந்தார்கள். பேட்டை யின் முகமே மாறியிருந்தது. கடைகள் எல்லாம் எங்கே? சாக் கடைகள் எல்லாம் மூடிவிட்டார்களா? அந்தப் பெட்டிக்கடை சற்று பரிச்சயமானது போல் தோன்றியது

‘இங்கே மீனாட்சின்னு ஒரு பொண்ணு, ஒரு சின்னப் புள்ளையோட இருந்திச்சே’

‘எங்க அக்கா பேருகூட மீனாட்சி!’

‘யாரு?’

கடையின் பின்புறத்திலிருந்து வெளிப்பட்டவன் சோமுவை அடையாளம் கண்டுகொண்டான்.

‘அட, வந்துட்டீங்களா!’ சுற்றுமுற்றும் பார்த்தான.

‘என் பொண்டாட்டி எங்கே தெரியுங்களா உங்களுக்கு?’

‘அவுங்க அப்பவே காலி பண்ணிட்டுப் போயிட்டாங்களே!’

'எங்கே தெரியுமா?'

'தெரியாதுங்களே. பாவம், கஷ்டப்பட்டது, சின்னக் குழந்தையை வெச்சிக்கிட்டு.'

'அண்ணன் வீட்டுக்குப் போயிருக்குமா?'

'இருக்கலாம். நம்ம கடையிலகூட பாக்கி இருக்குது, 'ஒரு மாசத்திலே வந்து குடுத்துட்டுப் போறேன் கோபாலு'ன்னு சொல்லிட்டுப் போச்சு! அப்புறம் காணலே'

'எத்தனை பாக்கி?'

'நாப்பத்தஞ்சு.'

நாற்பத்தைந்து ரூபாயை எண்ணிக் கொடுத்துவிட்டு நடந்தான். அவர்கள் குடித்தனம் நடத்தி சிரித்துச் சந்தோஷப்பட்டுச் சண்டை போட்டுச் சமாதானமடைந்து படுத்து அணைத்து ஆனந்தித்து அழுத இடத்தில் 'அன்பு நிலையம்' என்கிற புதிய வீடு பதிந்து நின்றுகொண்டிருந்தது. அண்ணன் வீட்டில்தான் இருப்பாள்.

கதவு திறந்ததும் அண்ணி சற்று நேரம் திகைத்தாள்.

'யாரு, மீனா புருசனா?' கண்களில் பயம் தெரிந்தது.

'ஆமாங்க!'

'அட!'

'உள்ளே வரலாங்களா?'

'வா, வா. அவரு டூட்டிக்குப் போயிருக்காரு!'

'மீனா எங்கே தெரியுங்களா?'

'தெரியாதே!'

'இங்கே வரலையா?'

'நீ போனதும் ஒரு நாலஞ்சு மாசம் இங்கேதான் இருந்திச்சு. கஷ்டமோ நஷ்டமோ, இருக்கிறதிலே ஏதோ பங்கு போட்டுக் கிட்டுச் சோறு போட்டுக்கிட்டுத்தான் இருந்தோம். அவளுக்கு என்னவோ மனசிலே வந்திடுச்சு. ஏதோ ஒரு தடவை

உன்னைப்பத்தி பேச்சு வந்தபோது என்ன சண்டை புடிச்சா தெரியுமா? என்னை என்ன வேணும்னா சொல்லட்டும்! அவரு வீட்டுக்குப் பெரியவரு. அவரைப் போய் கன்னாபின்னான்னு பேசினா! சரியா விசாரிக்காம அவளைக் கல்யாணம் கட்டிக் கொடுத்திட்டமாம்! நாங்கதான் எல்லாத்துக்கும் காரணமாம் ஒத்தியாவே சமாளிச்சுக்கிறாளாம். என்னவோ ஒன்னு கத்திட்டுப் புறப்பட்டுப் போய்ட்டா! தடுத்து நிறுத்த முடியுமா சொல்லு...'

நடை தளர்ந்து செய்வது என்னவென்று தீர்மானிக்காமல் வெளியே நடந்தான்.

'வீட்டிலே ஒரு வேலை செய்யமாட்டா. ராணி மாதிரி குந்திக்கிட்டிருந்தா. என்னவோ சீப்பு விக்கிறேன், சோப்பு விக்கி றேன்னு புறப்பட்டுப் போய்விடுவா! ஒத்தை ரூபா கேட்டமா? ஒரு வார்த்தை சீன்னு பேசினமா. அவ பேசின பேச்சை நீ கேட்டிருக்கணும். ராங்கிக்காரிய்யா!'

எங்கே இருப்பாள்? ஜகன்! ஜகனுக்குத் தெரிந்திருக்கலாம்.

அவன் செய்யவே கூடாது என்று தீர்மானித்த ஒன்றைச் சிறையிலிருந்து வெளிவந்த தினமே செய்தான்.

அவன் மனத்தில் அந்த டெலிபோன் எண் துல்லியமாகப் பதிந்திருந்தது. மறக்க முடியாத நம்பர்.

பங்க்குக்கு எதிரே இருந்த டெலிபோன் கூட்டுக்குள் புகுந்து சுழற்றிக் காசு போட்டு,

'ஹலோ!'

'ஜகன் இருக்காருங்களா?'

'யார் பேசறது?'

'நான் அவர் நண்பனுங்க...'

'யாரு, பேரு சொல்லுய்யா!...' தேவராஜன் குரல்தான். சந்தேக மில்லை. அந்தக் குரலை மறக்க முடியாது. தயக்கத்துக்குப் பின், 'நான்தாங்க சோமு!'

'சோமு, வந்துட்டியாடா வெளியிலே?' குரலில் சந்தோஷம் மிதந்தது.

'வந்துட்டேங்க.'

'இன்னும் மூணு மாசம் இருந்ததே!'

'நல்ல நடத்தைக்காக முன்னாலேயே விட்டுட்டாங்க!'

'அடி சக்கை? நல்ல நடத்தையா! சோமு! எங்கிருந்து பேசற! நான் உன்னைப் பார்க்கணும்! நான் அனுப்பிச்ச பணம் வந்ததா!'

'வந்ததுங்க.'

'சரி, எங்கேயிருந்து பேசறே?'

'இங்க ஆழ்வார்பேட்டையில் பப்ளிக் கால்பாக்ஸ¬.'

'உடனே வா! இடம் தெரியுமில்லே?'

'இல்லீங்க! முதல்லே என் பொண்டாட்டியைப் பார்க்கணுங்க!'

'சரி! போய்ப் பார்த்துட்டு ...ட்டு சீக்கிரம் வா!'

'அவ எங்க இருக்கான்னே தெரியலைங்க!'

'போயிட்டாளா?'

'இல்லீங்க. மெட்ராஸ்லதான் இருக்கணும்... ஜகனுக்குத் தெரிஞ்சிருக்கலாம்னு ஜகனைக் கேக்கத்தான் உங்களுக்கு டெலிபோன் பண்ணினேன்'

'ஜகன் இருக்கானே, பேசறியா? டேய், ஜகன்... சோமு.'

'ஜகன் ஸ்பீக்கிங்! என்ன சோமு! என்ன வாத்யாரே வந்துட்டியா?'

'வந்துட்டேன்...'

'சுவரேறிக் குதிச்சு வந்தியா? அவுங்களா விட்டுட்டாங்களா?'

'ஜகன்! மீனாவும் குழந்தையும் எங்கேன்னு தெரியுமா? உனக்கு?'

'யாரு, உன் பொண்டாட்டிதானே? இரு, எப்பவோ ஒரு தடவை பஸ் ஸ்டாண்டிலே பார்த்த ஞாபகம் இருக்குது. அப்ப விசாரிச்சேன். 'அண்ணன்கிட்டக்கூட இல்லை. தனியாகத்தான் இருக்கேன்'னுது. 'எங்கே இருக்கே தங்கச்சி'ன்னு கேட்டேன். சொல்லமாட்டேன்னிடுச்சு.... தேவராஜ் சார் பணம் கொடுக்கச்

14 ❍ சுஜாதா

சொன்னாருன்னேன். வாங்கிக்க மாட்டேன்னுடுச்சு. அப்புறம் வண்டிலே கொண்டு விட்டேன். மாம்பலத்திலே மூசா தெருவிலே, முனையிலே நம்பர் ரெண்டோ, மூணோ ஒரு பச்சை வீடு. அதுக்குப் பின்புறம் அவுட் அவுஸ்லே இருக்குது.'

'தாங்க்ஸ் ஜகன்'

'கொஞ்சம் இரு, தேவராஜ் சார் பேசணும்கிறார்.'

'சோமு, ராத்திரி வரியா?'

'இல்லீங்க! வரதா இல்லை!'

'அப்படின்னா?'

'அப்படின்னா ஒழுங்கா சம்பாதிச்சுப் பிழைக்கலாம்னு இருக்கேன்.'

'நாங்களெல்லாம் ஒழுங்கா சம்பாதிக்கலையா? என்னடா புதுசா ஆரம்பிக்கறே! ராத்திரி வந்துடு.'

'இல்லீங்க, நான் உங்களையெல்லாம் இனி பார்க்கறதா இல்லை.' டெலிபோனை அதன் கொக்கியில் மாட்டிவிட்டு ஆட்டோ ரிக்ஷா பிடித்து மாம்பலத்துக்கு விரட்டினான்.

அவன் இதயம் படபடத்தது. மீனா எவ்வளவு உன்னதமானவள். அண்ணனின் உதவியின்றி, தேவராஜன் கொடுத்த பணத்தை மறுத்து ஒண்டியாக புருஷனில்லாமல், இந்த வருஷங்களைச் சமாளித்திருக்கும் மீனா, என் பெண்டாட்டி, உன்னை நான் அடையத் தியாகம் செய்திருக்கிறேன். அவளிடம் விடியும்வரை மன்னிப்பு கேட்கவேண்டும்.

அவளைப் பார்க்கவேண்டும். என் பிள்ளையைப் பார்க்க வேண்டும்.

மூசா தெரு இருந்தது. பச்சை பெயிண்ட் வீடு இருந்தது. அதன் பின்பக்கம் ஓர் அவுட் அவுஸ் இருந்தது.

பூட்டியிருந்தது. பின்பக்கம் பம்ப் அடித்துக்கொண்டிருநத பன்னிரண்டு வயசுப் பெண் அவனிடம் வந்து, 'யாரு வேணும்?' என்றாள்.

'இந்த இடத்திலே மீனாட்சின்னு…'

'மீனா அக்காவா! இங்கதான் இருக்காங்க. வெளியிலே போயிருக்காங்க. நீங்க யாரு…?'

'நானு… நானு பாப்பா, உன் பேர் என்ன?'

'தமிழரசி.'

'மீனா அக்கா சுகமா இருக்காங்களா? அவங்க பையன் எப்படி இருக்கான்?'

'முருகன்தானே.'

'ஆமா? ஆமா.'

'நல்லா இருக்கானே! முருகான்னு கூப்பிடுவேன்.'

'எத்தனை உயரம் இருக்கான்?'

'இத்தனை' என்று அவள் கை காட்டிய உயரத்தில் மானசீகமாகத் தன் பிள்ளையைப் பார்த்தான். வளர்ந்துவிட்டான்!

'பேசுதா?'

'நல்லாப் பேசுது. 'மச்சானைப் பார்த்தீங்களா' பாடுவான். தமா…சு!'

'மீனா அக்கா எப்படி இருக்காங்க?'

'அவங்க காலையில போனா… இதோ வராங்களே!'

மீனா! குழந்தை அவள் விரலைப் பிடித்துக்கொண்டு தக்கா புக்கா என்று நடந்துவர, அவன் மனைவி மீனாட்சி.

அவர்களைப் பார்த்ததும் சோமுவுக்குக் கண்களில் நீர் முட்டியது. மீனாட்சி அவனைப் பார்த்தாள். உடனே அவள் பார்வை சரிந்தது.

'அடேயப்பா! என்னவா வளர்ந்துவிட்டான்!' தன் பிள்ளையை அழகாகத் தூக்கி உயரே எடுத்துக் கொண்டுபோய் அவன் முகமெல்லாம் முத்தமிட்டு அணைத்துக்கொள்ள, குழந்தை வீறிட்டு அலறியது.

'விடுங்க, பயந்துக்குவான்' என்று அவனைப் பிடுங்கிக் கொண்டாள்.

'டேய், நான் உன் அப்பாடா! பயப்படாதேடா! நான் உன் அப்பாடா!'

சின்ன வயதில் கன்னத்தின் உப்பலில் அதன் அடையாளங்கள் மறைந்திருந்தன. இப்போது காதின் மடிப்பு, உதடுகள், மூக்கு நுனியின் அவசரமான மேல்நோக்கிய திருப்பம் எல்லாவற்றிலும் சோமு தன்னை மறுபடி கண்டான்.

'இவங்க யாருக்கா? முருகனோட அப்பாவா? மிலிட்டரிலே இருக்காருன்னு சொன்னீங்களே?'

'தமிழரசி? நீ வீட்டுக்குப் போய்ட்டு அப்புறம வர்றியா?'

‘பாடம்?’

‘இன்னிக்குப் பாடம் கிடையாது. நீங்க உள்ளே வாங்க’ என்றாள். உள்ளே நுழைந்தான்

சின்ன அறையில் நடைவண்டி, லலிதா பார்மசியின் காலண்டர். ஒரு ஸ்டூல். அதில் போய் உட்கார்ந்தான். நாடாக்கட்டிலில் ஒழுங்காகச் சுற்றப்பட்டிருந்தது படுக்கை. முருகன் அவனைச் சந்தேகத்துடன் பார்த்துக்கொண்டே அவனிடமிருந்து எவ்வளவு தள்ளி நிற்க முடியுமோ அவ்வளவு ஓரத்தில் நின்றான். மூலையில் ஒரு கெரசின் ஸ்டவ் இருந்தது. அதன் பக்கத்தில் பாத்திரங்கள் சுத்தமாகக் கவிழ்ந்திருந்தன. ஜன்னலில் ஓவல்டின் டப்பாவில் மண் நிரப்பி அதில் ஒரு செடி! ஒரு மலர்.

டப்பாவை நகர்த்தி விட்டு ஜன்னல், கதவைச் சாத்தினாள். அறைவாசல் கதவையும் சாத்தித் தாளிட்டாள்.

‘ஏன் மீனா, எல்லாக் கதவையும் சாத்திப்புட்டே!’ அவள் பதில் சொல்லாமல் அறையின் மற்றொரு மூலையிலிருந்த கொடியில் தொங்கிய உலர்ந்த துணிகளின் அரைகுறை திரைக்குப் பின் சென்று, தன் பூப்போட்ட புடைவையைக் களைந்து உதறினாள். பச்சை ரவிக்கையைக் கழற்றினாள். கொடியிலிருந்த மாற்று உடைகளைக் கவர்ந்து அணிவதற்குள் அவள் உடலின் வடிவங்களின் சலனத்தில் நிஜம் அவனைத் தாக்கியது.

இன்றிரவு! இன்றிரவு!

மூலையில் நின்றுகொண்டு முருகன் அவனைப் பீதியுடன் பார்த்துக்கொண்டிருந்தான். எத்தனை பெரிய கண்கள்! ‘டேய், கிட்ட வாடா! அப்பாவுக்கு ஒரு முத்தம் கொடுடா!’

‘நீங்க வர்றதுக்கு இன்னும் மூணு மாசம் இருக்குதுன்னு நினைச்சேன்.’

‘நல்ல நடத்தைக்காக முன்னாலேயே விட்டுட்டாங்க!’ என்று சொல்லிவிட்டுக் கூடுதலாக, ‘மிலிட்டிரிலே’ என்றான்.

‘என் புருஷன் ஜெயில்லே இருக்காருன்னு சொன்னா தங்கறதுக்கு எடம் கொடுப்பாங்களா?’

‘பரவாயில்லே மீனா! மீனா, நீ எப்படி இருக்கிறே?’

‘அதான் பாக்கறீங்களே!’

‘டேய் வாடா! கிட்டக்க வாடா, குட்டிப் பையா, தங்கக் குட்டிப் பையா!’ கிட்டச் சென்றான்.

மகன் ஒரே ஓட்டமாக அம்மாவின் பின்னால் மறைந்துகொண்டு எட்டிப் பார்த்தான்.

‘சொல்லு மீனா! நான் யாருன்னு அவனுக்குச் சொல்லு! இனிமே நீ என்னைப் பத்தித் தைரியமாச் சொல்லலாம்! அவமானப்பட வேண்டாம்.’

‘சாப்ட்டீங்களா?’

‘சாப்ட்டுட்டேன்.’

‘எப்படி நான் இருக்கிற இடத்தைக் கண்டுபிடிச்சீங்க?’

‘ஜகன் சொன்னான்.’

‘ஜகனா? யாரது?’

‘என் பழைய சிநேகிதன்.’

‘வந்த அன்னைக்கே பழைய சிநேகிதமா?’

‘ச்சேச்சே! நான் மயிலாப்பூர் போயி முதல்லே பழைய இடத்திலே விசாரிச்சேன். அங்கே தெரியாதுன்னுட்டாங்க. அப்புறம் உங்க அண்ணன் வீட்டுக்கும் போனேன்.’

‘சரிதான்’ என்று தலையில் தட்டிக்கொண்டு, ‘அங்கே எதுக்குப் போனீங்க?’

‘நீ எங்க இருக்கிறேன்னு தெரியாமத் தவிச்சேன் மீனு. லெட்டர் எழுதறதில்லை! பார்க்கவும் வர்றதில்லை. நான் எப்படி உன்னைக் கண்டுபிடிக்கறது?’

‘நானே உங்களை வந்து மாலை போட்டு அழைச்சிட்டுப் போலாம்னு இருந்தேன். நீங்கதான் சீக்கிரம் வந்துட்டீங்க.’ அந்த வாக்கியம் அவனுக்கு உறைத்தது.

‘அண்ணி என்னைத் திட்டியிருக்குமே?’

'திட்ட விடுவேனா? உன்னை யாராவது திட்டினா அவங்களை அப்படியே...'

'பழைய மாதிரியே பேசறீங்க'

'இல்லை மீனு, மாறிட்டேன்.'

'சந்தோஷம்' என்றாள் குரலில் சந்தோஷமில்லாமல்.

'அங்கேயும் இல்லைன்னு தெரிஞ்சப்புறம் எனக்கு ஒரு மாதிரி ஆயிடுச்சு! ஒரு வேளை ஜகனுக்குத் தெரிஞ்சிருக்கும்னு அவன் கூட டெலிபோன்ல பேசினேன்.'

'அவருக்கு நான் இருக்கிற இடம் எப்படித் தெரியுமாம்?'

'ஒரு தடவை கார்ல கொண்டுவிட்டானாமில்லே?'

'ஓ! அந்த ஆளா?'

'மீனு!' வருஷங்களுக்கு அப்புறம் அவளை முதல் தடவையாகத் தொட்டான். முழங்கைக்கு மேலே அவளைப் பிடித்தபோது விரல்கள் மார்பில் பட, 'விடுங்க' என்று உதறினாள். விடவில்லை, கட்டிப் பிடித்தான். உதட்டில் குறிவைத்த முத்தம் கழுத்தில் பதிந்தது. 'விடுங்க! விட்டுடுங்க' என்று அவனைத் தள்ளினாள். முருகன் வீறிட்டான். அவனுள் ஒரு கணம் அந்த மூர்க்கத்தனம் தலை நீட்டியது.

ரத்தத்தைப் பார்த்த சூபரின்டெண்டெண்ட், 'மை காட், என்னடா ஆச்சு? எதுலடா குத்தினே? வார்டர் எங்கேடா!'

கார்ப்பெட் நெசவுக்காகக் கொடுக்கப்பட்ட ஊசி அவன் கையில் இன்னும் இருந்தது. எதிரே ஜெயபாலன் முகத்தில் ரத்தக் கோட்டு டன், கீறலுடன், 'டேய் சோமு! நீ இந்த வார்டை விட்டுப் போற துக்குள்ளே உன்னைக் கொன்னு போட்டுக் கீமா பண்றேண்டா! உன் கண்ணிலேயே குத்தறனா இல்லையா பாரு!'

'சோமு, நீ நல்ல பையன், நல்ல நடத்தை உள்ளவன்னு நினைச்சேன். உனக்கு கார்ட் ட்யூட்டி கொடுக்கலாம்னு நினைச் சேன். சேச்சே! இப்படிப் பண்ணிட்டியே?'

'அவன் என்ன பேசினான்னு கேளுங்க சார்! என்ன மாதிரி வார்த்தை கள்லாம் உபயோகிச்சான்னு கேளுங்க சார், அதைக் கேக்க மாட் டேங்கறீங்களே?'

'பேச்சை ஒழிங்கடா, இல்லை பேச்சோட நிறுத்துங்கடா சாவுகிராக்கிகளா! சோமு! கண்டெம் வார்டுக்கு நீ போனதில்லை. மூணுநாள் தனியா அங்கே இருந்து பார். புத்தி வரதா பார்க்கலாம்...'

கண்டெம் வார்டு.

எழும்போது, படுக்கும்போது, எப்போதும் ஞாபகார்த்தமாக ஒலித்த கை, கால் விலங்குகள்... தனி அறை, அறைக்குள்ளேயே ஒரு கம்மோடு, இரவு முழுக்க இருட்டு, பகலில் ஒரே ஒரு சதுர அடிக்கு நீலவானம் காட்டிய ஜன்னல்.

விட்டு விட்டான். 'ஸாரி மீனா' என்றான்.

அவள் தன் புடைவையைச் சரிசெய்து கொண்டு, 'எனக்கு அப்ப எல்லாம் உங்ககிட்ட பயம் இல்லே. நீங்க என்னை அடிச்சபோது கூடப் பயப்பட்டதில்லை. இப்ப பயமா இருக்குது' என்றாள்.

'மீனா! நான் அவசரப்பட்டுட்டேன். நீ என்கிட்டே எந்த விதத் திலும் பயப்படவேண்டாம். முதல் முதலா என்கிட்ட உனக்கு நம்பிக்கை வரணும். அதுக்கு நான் உனக்கு புருசனா நிரூபிச்சுக் காட்டணும். அதுக்கு முன்னாலே நான் இப்படிப் பாஞ்சிருக்கப் படாது. எனக்குத் தெரியுது மீனா! ஆசை, இத்தனை வருசமா உன்னைத் தொடாம, 'நீ எப்படி இருப்பே, நீ எப்படி இருப்பே'ன்னு உன்னைத் தொட்டுப் பார்த்ததை எல்லாம் தினம் மனசிலே நினைச்சுப் பார்த்து அசை போட்டுப்புட்டு, இப்ப நீ எதிரே நிக்கிறபோது என்னாலே என்னைக் கட்டுப்படுத்த முடியலை, என்ன மன்னிச்சிடு!'

'எனக்கு ஒரே குழப்பமா இருக்குது.'

'வேண்டாம் மீனா. இனிமே அந்த மாதிரி நடக்காது'

'காசு வெச்சிருக்கீங்களா?'

'இருக்கு. எவ்வளவு வேணும்?'

'குழந்தையைப் பாக்க வந்தீங்களே, ஏதாவது மிட்டாய் வாங்கிட்டு வந்திருக்கலாமில்லே? எப்படி ஒட்டுவான் அவன்?'

'சே! எனக்குத் தோணவில்லை மீனா! அவனுக்கும் உனக்கும் ஏதாவது வாங்கிட்டு வந்திருக்கலாம். எல்லாம் புதுசா இருக்கு

பாரு. வெளியிலே வந்த பிரமிப்பு இன்னும் எனக்கு விலகலை. வா, வெளியே போகலாம். சாப்பிடலாம். சினிமா பார்க்கலாம். சின்னவனுக்கு சட்டை எடுக்கலாம்.'

'எத்தனை ரூபா வெச்சிருக்கீங்க?'

'முந்நூத்துச் சொச்சம்'

'ஏது?'

'ஜெயில்லே வேலை செஞ்சதுக்குக் காசு!'

'வெச்சுக்கங்க. அனாவசியமாச் செலவழிக்காதீங்க. தேவைப் படும்.'

'இல்லை மீனா, பையனுக்குச் சட்டையும் உனக்கு புடைவையும் வாங்கத்தான் போறேன்.'

'நாளைக்கு வாங்கிக்கலாம். கொஞ்சம் இருங்க. பால் வாங்கி வெச்சிருப்பாங்க, வாங்கிட்டு வந்துடறேன்.'

குழந்தை அவளுடன் அலறி அடித்துக்கொண்டு ஓடியது.

காப்பி குடிக்கும்போது, 'நான் இத்தனை நாள் என்ன செஞ்சேன் எப்படிச் சமாளிச்சேன்னு நீங்க கேக்கவே இல்லியே?' என்றாள்.

'கேக்கறதுக்கு எனக்குக் குற்றமாப்படுது. ஏதோ சோப்புத்தூள் வித்துக்கிட்டு...'

'சோப்புத்தூள் வித்தேன், வீட்டுவேலை செய்தேன், அட்டைப் பெட்டியிலே மருந்து அடைச்சேன், பிள்ளைங்களைக் கொண்டு விட்டேன். புடைவைக் கடையிலே வித்தேன்... நூறு வேலை யாவது பார்த்திருப்பேன்.'

'என்னை மன்னிச்சிடு மீனா!'

'யாரும் யாரையும் மன்னிக்க வேண்டாம். என் விதி!'

'நாளையிலிருந்து நீ வேலைக்குப் போகவேண்டாம்'

'பணம் சம்பாதிக்கிறது அவ்வளவு சுலபமில்லை' என்றாள்.

அவள் திடீரென்று அழ ஆரம்பித்தாள்.

சற்று நேரத்தில் முருகனும் அவளுடன் சேர்ந்துகொண்டான். அவள் மூக்கைக் கசக்கிக்கொண்டு சிவந்த கன்னங்களுடன் கண்ணீரை நிறுத்திக்கொண்டு பிள்ளையைச் சமாதானப்படுத்தினாள். 'வேண்டாண்டா கண்ணா! வேண்டாம்' என்று அவனை அழைத்து அணைத்து பிஸ்கட் கொடுத்து விளையாட்டுக் காட்டிச் சிரிக்க வைத்தாள். சோமு பார்த்துக் கொண்டே இருந்தான். அவன் மகன் மெதுவாகத் தைரியம் பெற்று சோமுவைக் காட்டி முதல் தடவையாக பேசினான்.

'இவன் யாரு?'

ராத்திரி படுத்தபோது வினோதமாக, புதிதாக இருந்தது. பக்கத்துக் கைதிகளின் குறட்டை இல்லை. திடீர் என்று அலறல் இல்லை. பதிலாக வெளியே சுதந்திர நகரத்தின் ராக்குரல்கள் கேட்டன. மணி அடித்துக்கொண்டு ஸோன்பப்டி விற்கும் வண்டி சப்தம், கண்ணம்மாப்பேட்டை தச்சன் ஒருவன் குடித்துவிட்டுத் தெருவெங்கும் தன் பெண்டாட்டியை அவதூறாகப் பேசிக்கொண்டு சென்ற சப்தம், விவிதபாரதத்தின் சினிமா சப்தம், ஆட்டோ ரிக்ஷாவின் தூரத்து முனகல், ஸ்கூட்டர்கள்... சைக்கிள்மணி... தூங்கிவிட்டான்.

நீண்ட நேரம் அந்த டாக்ஸியோ காரோ திரும்பத் திரும்ப ஹார்ன் அடித்துக்கொண்டிருந்தது. விழித்துக் கொண்டுவிட்டான். மீனா குழந்தையுடன் கீழே படுத்திருக்க, கட்டிலிலிருந்து இரண்டு மூன்று தடவை 'மீனு' என்று கூப்பிட்டுப் பார்த்தான். பதில் இல்லை.

சற்று நேரத்தில் அவளே எழுந்து வந்தாள்.

பெரிய வரிசையில் நின்றுகொண்டான். நிற்பவர்களிடம் ஓர் அரை டிராயர் சிறுவன், 'டைம்பாஸ் கடலே சார்' என்று விற்றுக் கொண்டிருந்தான். மரத்தடியில் உட்கார்ந்து ஃபாரம் நிரப்பித் தர நான்கணா வாங்கிக்கொண்டிருந்தான் ஒருவன். க்யூ சோம்பேறித்தனமாக நகர்ந்தது. பெரும்பாலும் இளைஞர்கள். காலில் செருப்பு இல்லாதவர்கள், சவரம் செய்து கொள்ளாதவர்கள், தலைமயிர் நிறைய வளர்த்தவர்கள். எல்லோரும் வேலை இல்லாதவர்கள்.

சர்க்கார் ஆபீஸுக்கு உள்ள அத்தனை குணாதிசயங்களும் இருந்தன. வீடு ஆபீஸாக மாற்றப்பட்டுக் கக்கூஸைக்கூட ரத்து செய்துவிட்டு, அதில் ஃபைல்கள் குவிந்திருந்தன. ஒட்டடை அடிக்காத உத்தரம், புராதன நாற்காலி, மேஜைகள், முகத்தில் சிரிப்பே இல்லாத கிளார்க்குகளில் ஒருத்தர் சோமு நிரப்பியிருந்த ஃபாரத்தைத் திருப்பித் திருப்பிப் பார்த்தார்.

'சர்டிபிகேட்டு எங்கே?' என்றார்.

'என்ன சர்டிபிகேட்டு?'

'நீ போன மூணு வருஷம் எங்கே இருந்தே?'

சோமு திடுக்கிட்டான், 'இங்கேதாங்க...'

'மெட்ராஸ்லதானே இருந்தே?'

'ஆமாங்க'

'அதுக்கு ஆதாரமா ஒரு சர்டிபிகேட் வேணும். நீ ஷெட்யூல் காஸ்ட்டா?'

'இல்லைங்க.'

'உங்க அண்ணன், தம்பி, கவுன்சிலர், யாராவது ஸ்திரமா மெட்ராஸ்லே வேலை செய்துகிட்டிருக்கிறவங்க, அவங்க கிட்டேயிருந்து போன மூணு வருசம் நீ இங்கதான் இருந்தேன்னு சர்டிபிகேட்டு வேணும். படிச்சது எங்கே?'

'திருச்சியிலேங்க.'

'எஸ்.எஸ்.எல் சி.புஸ்தகம் இருக்கா?'

'வீட்டிலே இருக்குதுங்க.'

'டெய்லரிங், கார்ப்பென்ட்ரி, இது என்ன கார்ப்பெட்?'

'கார்ப்பெட் வீவிங்! கம்பளம் நெசவு! அது கூடச் செய்வேங்க!'

'தையல் வேலைக்கு எல்லாம் ஃபாக்டரிகளிலே எடுத்துக்க மாட்டாங்க. கார்பென்ட்ரி, ஐ.டி.ஐ. மாதிரி ஏதாவது சர்டிபிகேட் வெச்சிருக்கியா?'

'இல்லீங்க!'

'தச்சர் ஜாதியா நீங்க?'

'இல்லீங்க.'

'சரி, எல்லா சர்டிபிகேட்டும் அட்டாச் பண்ணிக் கொண்டுட்டு வா, முதல்லே. ரிஜிஸ்தர் பண்ணிக்கலாம். அப்புறம் ஏதாவது சான்ஸ் வர்றதா பார்க்கலாம். தையல் தெரியும்கறே. பேசாம ஒரு மெஷினை வாங்கிட்டு ஒரு கடை ஆரம்பிச்சுடு. நல்ல வருமானம் வரும்.'

கையில் ஃபாரத்துடன் வெளியே வந்தான்.

'என்ன பிரதர் ரிஜிஸ்டர் ஆகலையா?' ஷோக்காக ஓர் இளைஞன் நின்று கொண்டிருந்தான். கட்டை விரலுக்கும் ஆள்காட்டி விரலுக்கும் இடையில் சிகரெட்டைப் பிடித்துக்கொண்டு. அதை சாம்பிள் பார்த்துவிட்டு எறிந்துவிட்டு, சோமுவின் மனசைச் சொந்தமாக்கிக் கொண்டு, அதை நோட்டம் விட்டு... 'கொஞ்சம் தனியா வாங்க பிரதர்...' என்றான். மரத்தடிக்கு அழைத்துப்போய் வேறு எங்கோ பார்த்துக்கொண்டே பேசினான். 'முதல்லே ரிஜிஸ்ட்ரேஷன் ஆகறதுக்கு ரொம்ப நாளாகும். வேணும்னா நாளைக்கே ரிஜிஸ்டர் பண்ணி கார்டு வாங்கிடலாம்'

'சர்டிபிகேட்டு கேட்டாங்களே?'

'ஆயிரம் சர்டிபிகேட்டு நான் தர்றேன்! அதெல்லாம் நம்மகிட்ட விட்டுடுங்க. நாளைக்கு காலை, டாண்ணு கார்டு கிடைச்சுடும் உங்களுக்கு.'

'எவ்வளவு?'

'முந்நூறு ரூபா தரணும். இப்பத் தர வேண்டாம். கைமேல சர்ட்டிபிகேட்டை வாங்கிக்கிட்டு அப்புறம் குடுத்தாப் போதும்' என்று அவன் மனுவை மடித்துத் தன் பைக்குள் போட்டுக் கொண்டான்.

சோமு நிதானமாக, 'வேண்டாம்' என்றான்

'என்ன வேண்டாம்?'

'ரிஜிஸ்ட்ரேஷன் வர்ற போது வரட்டும்' என்றான்.

'வருஷக் கணக்கில் ஆகும்.'

'ஆகட்டும்.'

'இப்ப ரிஜிஸ்ட்ரேஷன் வாங்கிக்கிட்டா கை மேலே ஒரு வேலை இருக்குது. போலீஸ் டிபார்ட்மெண்ட்ல சப் இன்ஸ்பெக்டர்! இரண்டாயிரம் ரூபா கொடுத்தா அப்பாயின்ட்மெண்ட் ஆர்டர் கையிலே.'

'என்ன பிரதர்! இவ்வளவு தூரம் ரிஜிஸ்ட்ரேஷன் வேலை எல்லாம் வாங்கிக் குடுக்கிற அந்தஸ்திலே இருக்கிற நீ ஏன் இங்கே சிங்கி அடிச்சுக்கிட்டு மாமா வேலை பண்ணிக்கிட்டிருக்கே? நீயே நல்ல வேலைக்குப் போறதுதானே!'

'கொஞ்சம் தனியா வாங்க.' இந்தப் பக்கம் பார்த்தான். 'இந்த முந்நூறு ரூபாயிலே எனக்கு எவ்வளவு கிடைக்குது தெரியுமா! அஞ்சு ரூபா. பாக்கி எல்லாம் அங்கங்கே பட்டுவாடா ஆவுது, மேலேருந்து கீளவரைக்கும்.'

'வேண்டாம். நான் லஞ்சம் கொடுக்கறதா இல்லை.'

'இதுக்குப் பேரு லஞ்சம் இல்லை, மாமூலு.'

'மாமூலோ, லஞ்சமோ, நான் தர்றதில்லே.'

'அப்ப அஞ்சு ரூபா குடு.'

'எதுக்கு?'

'உனக்கு இத்தனை தகவல் குடுத்ததுக்கு. என்ன மேன் விளையாடறே! உன்கூட பேசிட்டிருந்த நேரத்தில் அம்பது ரூபா பண்ணியிருப்பேன். எடு அஞ்சு ரூபாயை!'

சோமு, 'இத பாரு, நான் யாருன்னு தெரியாது உனக்கு' என்றான்.

'யாராயிருந்தா என்ன, எடு ரூபாயை. அப்புறம் எனக்குக் கெட்ட கோபம் வரும்.'

'முடியாது' என்று நடந்தான்.

அவன் சோமுவின் கையைப் பிடித்தான். இழுத்தான். சட்டையைப் பிடித்தான். 'பேமானிப் பையா, ஏமாத்திட்டு ஓடறியா?' என்றான்.

சோமுவின் முகத்தில் ரத்தம் பாய்ந்தது. அந்த இளைஞன் அவனுக்கு நிகரல்ல, அவனை இழுத்து மண்ணில் புரட்டிப் பல்லில் அடித்து, சட்டையைத் தாறுமாறாகக் கிழித்துவிட்டுக் கூட்டத்தை விலக்கிவிட்டு நிதானமாக நடந்தான். அவன், 'மாதர்சோத்! உன்னை ஜில்லா ஜில்லாவாத் துரத்தி நம்ம ஆளுங்களை வெச்சு வெட்டிப் புதைச்சு...' என்று சபதமிட்டான்.

கோபத்தைக் கட்டுப்படுத்த அவனுக்கு அஞ்சு ரூபா கூடக் கொடுத்திருக்கலாம். இந்த மாதிரி கோபத்தால் என் காரியம் எதுவும் நடக்காது...

சூபரின்டெண்டெண்ட் எவ்வளவு தடவை சொல்லியிருக்கிறார்.

'காஜா அடிப்பியா?'

'ஓ! அடிப்பேன்.'

'காஜா அடிக்கிறதுக்குத்தான் எங்களுக்கு ஆள் வேணும். தையலுக்கு நிறைய ஆள் இருக்காங்க.'

'எவ்வளவு தருவீங்க?'

'ஒரு நாளைக்கு ஒண்ணரை ரூபா.... அப்புறம் ஒரு டீ...'

'வேண்டாங்க' என்று சிரித்தான்.

'இப்படியே நேராப் போனா 'டீலக்ஸ் டெய்லரிங் ஹவுஸ்'ன்னு இருக்குது. அங்கே ஆள் வேணும்னாங்க.'

'டீலக்ஸ் டெய்லரிங்' பூட்டியிருந்தது.

சோமு வீட்டுக்குத் திரும்பி வந்தபோது வாசலில் ஒரு கார் காத்திருந்தது.

ஜகன் நின்று கொண்டிருந்தான். கார் பளபள வென்றிருந்தது. உள்ளுக்குள்ளே ரேடியோ வெல்லாம் வைத்துப் பற்பல அலங்காரங்களுடன் இருந்தது. ஹாரனை அழுத்தினால் பாட்டும் பாடும் போலிருந்தது. தேவராஜன் காராகத்தான் இருக்க வேண்டும். உள்ளே சோமுவின் பிள்ளை உட்கார்ந் திருந்தான். காரின் உள் மெத்தையின் சுகத்தில் குதித்துக்கொண்டு சிரித்துக் கொண்டிருந்தான்.

ஜகன் புதிதாக மீசை வைத்திருந்தான். 'என்ன வாத்தியாரே! எங்க போயிட்டு வர்றே?' என்றான்.

சோமு தன் மகனை, 'இறங்குடா' என்றான்.

'சின்னக் குழந்தை விளையாடிட்டுப் போவுது. இருக்கட்டும்.'

'என்ன விஷயம் ஜகன்?'

'நீ எங்கே போயிட்டு வர்றே சொல்லு?'

'வேலைக்கு அலைஞ்சுட்டு வர்றேன்.'

'கிடைச்சுடுச்சா?'

'இல்லே.'

‘சரி. போய் டிரஸ் பண்ணிக்கிட்டு வா. தேவராஜ் கூட்டி வரச் சொன்னாரு.’

‘எதுக்கு?’

‘சும்மா உன்னைப் பார்க்கறதுக்கு. பார்த்து ரொம்ப நாளாச்சுல்லே. ‘சோமு வெளியே வந்திருக்கான். அவனை நாம பாக்க வாணா மாடா ஜகன்’னாரு. ‘அவனுக்கு ஏதாவது தேவையாயிருக்கும். கூட்டி வாடா’ன்னாரு.’

‘எனக்கு அவர்கிட்ட எதுவும் தேவையில்லை.’

‘அட, தேவையில்லாட்டிப் போவுது. வந்து பார்த்துட்டு போவக் கூடாதா? வேலைக்கு அலையுறியே, தேவராஜன் சார் குடுக்க மாட்டாரா!’

‘எனக்கு அந்த வேலை தேவையில்லை.’

‘என்ன சோமு, நீ ஒரு மாதிரி பேசறே! இப்ப எல்லாம் பளையபடி இல்லை. எல்லாம் மாறிப் போச்சு. அந்த விவகாரமே கிடையாது. எல்லாம் பந்து! நீ ஒரு வாட்டி வந்து பாரேன். தேவராஜ் சார் செயலா இருக்காரு. பெரிய மனுசனாயிட்டாரு. அவரை கௌரவ மாஜிஸ்ட்ரேட் ஆக்கப் போறாங்க... என்ன ... நீ?’

‘நான் இன்னொரு சமயம் வர்றேன் ஜகன். இப்ப எனக்குக் கொஞ்சம் ஜோலி இருக்குது.’

ஜகன் அவனை ஒரு மாதிரி பார்த்தான். ஜகன் அடர்த்தியாகத் தலைமயிர் வளர்த்து அதைப் படிப்படியாக அமைத்திருந்தான். உள்ளே முண்டா பனியன் அணிந்து அதன் மேல் வலை பனியன் அணிந்திருந்தான். ஏறக்குறைய பாவாடைபோல் பாண்ட் அணிந் திருந்தான். அடர்ந்த புருவங்களின்கீழ் இருந்த கண்களில் ஸ்திரமாகப் பொய் இருந்தது. உதட்டில் ஸ்திரமாகச் சிரிப்பு இருந்தது. பருத்திருந்தான்.

‘நீ மாறிட்டே சோமு’ என்றான்.

‘அதைக் கேக்க சந்தோஷம். டேய், இறங்குடா இறங்கு!’

உள்ளேயிருந்து முருகன் ‘மாட்டேன்’ என்று தலையை ஆட்டி னான். சோமு கோபத்துடன் அப்படியே ஜன்னல் வழியாக

உள்ளிருந்த பிள்ளையைக் கவர்ந்து வெளியே இழுத்துக் கீழே வைத்தான். முருகன் பஸ் ஸ்டாண்டுவரை கேட்கும்படியாக வீறிட்டான்! உள்ளேயிருந்து மீனா ஓடி வந்தாள். பிள்ளையைத் தூக்கிக்கொண்டு சமாதானப்படுத்தினாள்.

'என்மேலே கோபமிருந்தா சொல்லிடலாம் சோமு. குழந்தை கிட்ட காட்டாதே... வணக்கம் தங்கச்சி, என்னை ஞாபகம் இருக்குதா?'

மீனா, சோமுவை பார்த்தாள்.

'மீனா, இதுதான் ஜகன், நான் சொன்னேனே...'

கையில் குழந்தையுடன் அவனைச் சேவித்துவிட்டு உள்ளே போனாள்.

'தங்கச்சி ரொம்பக் கஷ்டப்பட்டிருக்கும் இல்லே? அப்ப நீ வர்றதில்லையாக்கும். நான் தேவராஜ் சார்கிட்ட சொல்றேன். அப்றம் நாம எப்ப பார்க்கிறது... உன்னோட விவரமாப் பேசணும் சோமு. ஜெயில்லே எல்லாம் எப்படி இருக்கும். எப்படி நடத்தறாங்க... நான் போனதே இல்லை பாரு.'

'ஜகன்! அப்ப போயிட்டு வர்றியா?'

ஜகன் போன பின்னும் அவன் விட்டுப்போன செண்ட் வாசனை இருந்தது. உள்ளே சென்றான். தன் பாண்டைக் கழற்றப் போனவன், 'பழைய வேஷ்டி ஏதாவது இருக்குமா மீனா?' என்றான்.

'அதான் சொன்னேனே, உங்க வேஷ்டி, பாண்ட்டு எல்லாத் தையும் போட்டுட்டேன், பாத்திரம் வாங்கிட்டேன்னு!'

'ஒண்ணு ரெண்டு பாக்கி வெக்கலியா?'

'கடையிலே வாங்கிக்கங்களேன், காலைலே போறபோது சொன்னேனே...'

முருகன் இன்னும் காருக்காக அழுதுகொண்டிருந்தான்.

'இப்ப நிறுத்தப் போறியா, திருடன் கிட்ட கொண்டு விட்டுடவா?'

மீனா சட்டென்று நிறுத்திக் கொண்டாள். அவனைப் பார்த்தாள். மெலிதாகச் சிரித்தாள்.

'எதுக்குச் சிரிக்கிறே?'

'மன்னிச்சுக்குங்க, வாய் தவறிச் சொல்லிட்டேன்.'

'அழுகையை நிறுத்திட்டான் இல்லே? அது போதும்.'

வெளியே 'மீனா? மீனா!' என்று குரல் கூப்பிட்டது.

மீனா குழந்தையுடன் வெளியே சென்றாள்.

'உன் ஆம்படையான் வந்துட்டானாமே?'

'ஆமாம்மா.'

'லீவுலே வந்திருக்கானா?'

'ஆமாம்மா.'

'எத்தனை நாள் இருப்பான்?'

'இன்னும் கேக்கலை.'

'திரும்பிப் போய்டுவானா?'

தயக்கம். அப்புறம், 'இங்கேயே ஏதாவது நல்ல வேலை கிடைச்சுதுன்னா மிலிட்டரியை விட்டுறலாம்னு சொல்லிக்கிட்டிருந்தாரு.'

'விட்டுடச் சொல்லாதே! வேலை கிடைக்கிறது ரொம்ப கஷ்டம். என் மச்சினன் புள்ளை ஒருத்தன் அப்படித்தான் வேலை கிடைக்காம அல்லாடறான்...'

மீனா உள்ளே வந்தாள்.

'யாரது?' என்றான்.

'பக்கத்து வீட்டுக்கார அம்மா. பாப்பாரவங்க. நல்லவங்க.'

'எதுக்கு அவுங்ககிட்ட பொய் சொல்லியிருக்கே, நான் மிலிட்டரிலே இருக்கிறதா?'

'நிஜத்தைச் சொன்னா இப்படிக் கிட்ட வந்து பேசுவாங்களா, சொல்லுங்க?'

'ஊருக்குப் போயிருக்காருன்னு ஏதாவது சொல்லியிருக்கலாமே!'

'அது மட்டும் பொய்யில்லையா?'

மௌனமாக இருந்தான்.

'வீட்டுக்காரங்க யாரு மீனா?'

'யாரோ சேட்டு போல இருக்குது. நான் வீட்டுக்காரங்களைப் பார்த்ததே இல்லை. ஒரு குமாஸ்தாதான் மாசாமாசம் வந்து வாடகை வாங்கிட்டுப் போவாரு.'

தமிழரசி வந்தாள். 'அக்கா! என் கைல என்ன வெச்சிருக்கேன் சொல்லு?' என்றாள்.

'என்ன சொல்லு?'

'சாக்லெட்டு! முருகனுக்கு வாங்கிட்டு வந்தேன்... வாடா கண்ணா!' என்றாள். முருகன் ஓடினான்.

'அவுங்க அப்பாவைவிடப் பரவாயில்லை' என்றாள். சோமு வுக்குக் கோபம் வந்தது. ஏதாவது சொல்ல நினைத்து நிறுத்திக் கொண்டான். தமிழரசி அவனைப் பயத்துடன் பார்த்து மீனா விடம் ரகசியமாக ஏதோ கேட்டாள்.

மீனா, 'ஆமா...' என்றாள்.

'என்ன கேக்கறா?'

'நீங்கதான் அப்பாவான்னு?'

'அக்கா, நான் ராத்திரி படுக்க வரவேண்டாமா?' என்றாள்.

'வேண்டாம் கண்ணு!'

'இனிமே தினமே வேண்டாமா?'

'வேண்டாம், வேணுமின்னா சொல்லி அனுப்பறேன்.'

'முருகனைக் கொஞ்ச நாழி அழைச்சுட்டுப் போகட்டுமா?'

'சரி.'

தமிழரசி, முருகனை அள்ளிக்கொண்டு சென்றாள்.

'புதுசா எல்லாமே வாங்கணும் போல இருக்கு. ஷேவிங் செட்டு, வேஷ்டி, பனியன்...'

'என்ன ஆச்சு இன்னிக்கு வேலை ஏதும் கிடைச்சுதா?'

'எனக்குத் தெரிஞ்ச வேலை தையல் மட்டுந்தான் மீனு!'

'எம்ப்ளாய்மெண்ட் ஆபீஸுக்கு போனீங்களா?'

'போனேன். ரிஜிஸ்தர் பண்றதுக்கே லஞ்சம் கேக்கறாங்க.'

'எவ்வளவு?'

'எவ்வளவா இருந்தா என்ன? நான் கொடுக்கிறதா இல்லை. பேசாம இருக்கிற பணத்தில ஒரு தையல் மெஷினை வாங்கிப் போட்டுக்கிட்டு தினம் ரெண்டு சட்டை தெச்சாக்கூட பத்து ரூபா சம்பாதிக்கலாம்...'

'கடை போடறதா உத்தேசமா?'

'ஆமா.'

'எங்கே?'

'இங்கேயேதான்.'

'இங்க ஒருத்தரும் வரமாட்டாங்க. பின் பக்கமா இருக்கிற பஜார்லே விசாரிச்சுப் பாருங்களேன்?'

'பார்க்கலாம். நாளைக்கு... நாளைக்குக் கவலையை நாளைக்கு வெச்சுக்கலாம். மீனா! வா, வெளியே போயிட்டு வரலாம்...'

'ராத்திரி வேணா போகலாம்.'

அவனுக்கு சுருக்கென்று உறைத்தது.

'ஏன் மீனா, என்கூடத் தெருவிலே நடந்துவர்றத்துக்கு உனக்கு அவமானமா இருக்குதா?'

'அப்படி யாரு சொன்னா?'

‘அப்பலேர்ந்து பாக்கிறேன். ஜகன் வந்தபோது என்கிட்ட நின்னுகிட்டு இருக்க உனக்கு வெக்கமா இருந்திருக்கு, உடனே உள்ளே ஓடறே. ராத்திரிதான் என்கூட வருவேங்கிற! சொல்லு மீனா, அவமானமா இருக்குதா?’

‘தயக்கமா இருக்குது. பரவாயில்லை. வாங்க, உங்களுக்கு வேஷ்டி வாங்கிட்டு வரலாம்.’

‘வேஷ்டியும் வேண்டாம். ஒரு எழவும் வேண்டாம். இத்தனை நாள் ஒரே கைதி டிரஸ்ஸைப் போட்டுக்கிட்டு ஜெயில்லே இருந்தாச்சு, இப்ப ஒரு பாண்ட் சட்டைக்கு ப்ரமோஷன் வந் திருக்குன்னு நெனைச்சிக்கிறேனே. அதையே போட்டுக்கிட்டு இன்னும் கொஞ்ச நாள் இருந்தாப் போவுது, நான் சொந்தமா சம்பாதிக்க ஆரம்பிச்சதுக்கு அப்புறம் வாங்கிக்கிறேன்.’

‘அதுவரைக்கும் ஒரே சட்டை பாண்டிலே இருக்கப் போறீங் களா? என்னாலே சகிச்சுக்க முடியாது. எனக்கு ஆளு சுத்தமா இருக்கணும். வாங்க போகலாம்.’

‘நான் வரலை!’

‘பரவாயில்லை, அப்புறம் கோவிச்சுக்கலாம். வாங்க.’

‘நான் வரலைடீன்னா!’ என்று இரைந்தான்.

‘சரி, நான் போய் வாங்கிட்டு வர்றேன்.’

அவள் போனதும் சோமுவுக்கு மனத்தில் நிறைவில்லாமல் இருந்தது. ஏன் இப்படிச் சின்னச் சின்ன வார்த்தைகளால் கொடுமைப்படுத்துகிறாள்? ஒவ்வொரு தடவையும் அவனுக்கு இயல்பான, ரத்தத்தில் பிறந்த கோபம் பொங்கிப் பொங்கி வந்தது. அதிகப் பிரயத்தனத்துடன் அடக்கிக்கொண்டான்.

‘இப்ப நிறுத்தப் போறியா, திருடன்கிட்ட கொண்டு விட்டுடவா?’

‘அக்கா?’ இடுப்பில் முருகனுடன் தமிழரசி நின்று கொண் டிருந்தாள்.

‘அக்கா இல்லியா?’

‘வெளியே போயிருக்கா, வந்துருவா.’

‘அம்மா கடைக்குப் போயிருக்காங்க. வந்துருவாங்க. இதப் பார் முருகா! அப்பா சொல்லு! அப்பா, அ..ப்..பா.... நான் வரட்டுங்களா?’ என்று முருகனை அவன் அருகில் உட்கார்த்தி வைத்துவிட்டுக் கிளம்பினாள். முருகன் திகிலுடன் அவள்மேல் பல்லி மாதிரி ஒட்டிக்கொண்டான்.

அவளைப் போகவிடாமல் அடம்பிடித்து அழுதான்.

‘அழுவுது!’

‘நீ போ. நான் பாத்துக்கறேன்’ என்றான். அவள் தயங்கினாள்.

‘போடின்னா...’ முருகனிடமிருந்து பிடுங்கிக்கொண்டு அவள் ஓடினாள். கதவைத் தாழிட்டான்.

‘அம்மா வேணும்’ என்று அழுதான் முருகன்.

‘வந்துடுவா... நிறுத்துடா அழுகையை.’ அழுகை பீறிட்டது.

‘நிறுத்துடா! நிறுத்துடா! இப்ப நிறுத்தப் போறியா, இல்லையா?’

அவன் முகத்தில் ரத்தம் பாய்ந்தது உஷ்ணம் ஏறியது. அறையில் தேடினான். ஒரு கரண்டி கிடைத்தது. அதை எடுத்து எடை பார்த்து அதை ஓங்கி, ‘நிறுத்தறியா இல்லியா?’ என்று ‘மடேர்’ என்று குழந்தையின் அருகில் தட்டினான். கரண்டியின் தலை துண்டாகியது. பயத்தில் உறைந்த குழந்தை வாய் திறந்து அப்படியே அழுகையை நிறுத்திவிட்டது.

‘மூச்சு விடக் கூடாது. ம்ஹூம்... ஒரு சப்தம் வரக்கூடாது! போடா, அங்கே போய் உக்காரு. அப்படியே உக்காரு. அழுதே, கொன்னுப்புடுவேன். தோலை உரிச்சுப்புடுவேன்.’ குழந்தை மெஷின் போல் அவன் குறிப்பிட்ட இடத்தில் உட்கார்ந்து சப்தமில்லாமல் அழுதது. ஆனால் சோமு திரும்பினதும் ‘அம்மா’ என்ற ராகம் போட்டு அழ ஆரம்பித்தது. ‘மூச்’ என்று அதட்டினான். அழுகை அதிகமாகியது. மறுபடி கரண்டியால் ஓங்க, வாசற்கதவு தட்டும் சப்தம் கேட்டது, கரண்டியைக் கீழே போட்டுவிட்டுப் போய் திறந்தான். மறுபடி தமிழரசி.

‘முருகன் அழறது எங்க வீட்டிலே கேட்டுச்சுங்க... பா...வம்! வாடா கண்ணு!’ அவளிடம் ஓடியது. சோமுவுக்கு ஆத்திரம் வந்தது. அந்தப் பெண்ணைப் பார்த்தான். பதின்மூன்று வயசுக்கு

அதற்கு மார்பு அதிகமாக இருந்தது. பாவாடையில் கிழிசல் இருந்தது.

'இங்கே வா' என்றான். அந்தப் பெண் அருகில் வந்தது. ஏழைச் சட்டை, பெரிய சட்டை, பின் குத்திப் பாதி மூடாமல்... கன்னங் கரேல் என்ற கூந்தல், அதில் ரிப்பன். அவனுள் ஓர் உத்வேகம் பிறந்தது. அவள் கையைப் பிடித்தான். 'என்ன அண்ணே!' என்றது. கதவைத் தாளிடப்போனவன் ஒரு கணத்தில் புத்தி தெளிந்து மாறினான்.

'கொஞ்சநேரம் இங்கேயே இரு. அக்கா வர்றவரைக்கும். நான் கொஞ்சம் வெளியே போய்ட்டு வர்றேன்.'

வெளியே விடுவிடுவென்று நடந்தான். ஆரம்பமே சரியில்லை. முதல் தினமே என் மூர்க்கத்தனங்கள் அத்தனையும் தலை தூக்குகின்றன. எம்ப்ளாய்மெண்ட் ஆபீஸில் சண்டை. அப்புறம் மனைவியுடன் எரிந்து விழுந்தது. அப்புறம் இது! இது நடந்திருந்தால் என்ன ஒரு விபரீதம்? நான் என்ன மனுஷன்... பர்க்கிட் ரோட்டைக் கடந்து சிவா விஷ்ணு கோயிலுக்கு வந்தான். அங்கிருந்த எல்லாக் கடவுள்களையும் சுற்றினான். நெடுஞ்சாண்கிடையாகச் சேவிக்கிறபோதே 'பிள்ளையாரே, எனக்குப் புத்தியைக் கொடு. என் அயோக்கியத்தனங்களை அழி. எனக்குப் பொறுமையைக் கொடு. எனக்கு ஒரு வேலையைக் கொடு. என் பிள்ளையை என்னைப் பார்த்துச் சிரிக்க வை. என் மனைவியை என்னைப் பார்த்து பெருமைப்பட வை. என் கோபத்தை எரித்துப் போடு' என்ற பற்பலப் பிரார்த்தனைகள் அவனுள் கேட்டன.

பொதுவாகக் கடைவீதியில் நடந்தான். எத்தனை கடைகள், எத்தனை பாத்திரங்கள், எத்தனை மருந்துகள், எத்தனை தையல் மெஷின்கள்...

'உங்களுக்கு எந்த மாடல் வேணும்? டீலக்ஸா, ஆர்டினரியா?'

'நல்லா தைக்கிறதா... கொஞ்சம் உத்தரவாதமா...'

'மெரிட் வாங்கிக்கங்களேன்...'

'என்ன விலை?'

'650-ங்க.'

'கொஞ்சம் சல்லிசா இல்லீங்களா?'

'உங்களுக்கு எவ்வளவு ரூபாய்க்குள்ளே வேணும்?'

'முந்நூறு ரூபாய்க்குள்.'

'முந்நூறு ரூபாய்க்குள்ளியா? கை மாடல் வாங்கிக்கிறீங்களா?'

'எனக்குக் கால்தானே பழக்கம்.'

'முதல்லே கைமாடல் வாங்கிட்டுப் போங்க. அப்புறம் வேணா அதை கன்வர்சன் பண்ணிக்கலாம். இருநூறு ரூபாய்க்குள்ளே மாத்திக்கலாம்.'

தையல் மெஷின் வாங்கினபின் மிச்சம் தொண்ணூறு ரூபாய் இருந்தது. அதில் மனைவிக்கு ஒரு வாயில் சேலையும், பிள்ளைக்கு சட்டையும், சாக்லெட்டும் வாங்கினான். வீட்டுக்கு வந்து ஆட்டோ ரிக்ஷாவுக்குப் பணம் கொடுத்ததும் அவனிடம் மிச்சம் நாற்பது பைசா இருந்தது.

'என்னங்க இது?'

'தையல் மெஷின்!'

'இதைப் போய் எதுக்கு வாங்குனீங்க? அய்யோ கருமம்' என்று தலையில் தட்டிக்கொண்டாள்.

'என்ன மீனா இது, இப்படிக் கேக்கறே? இதை வெச்சுக் கிட்டுத்தானே சம்பாதிக்கப் போறேன்...'

'சரி, சரி ! அப்படி ஓரத்தில வையுங்க...'

'அப்புறம் இங்கே பாரு?'

'என்ன?'

'புடைவை உனக்கு... பையனுக்குச் சட்டை, சாக்லெட்டு... பிரிச்சுப் பார்க்க மாட்டியா?'

'முருகனை அடிச்சீங்களா?'

'இல்லியே?'

'பின்னே... தமிழரசி சொல்லிச்சே?'

'எங்கே அந்தக் குட்டி! பொய் சொல்லுது, சும்மா கரண்டியைத் தரையில் தட்டினேன்.'

'ஏற்கனவே பயந்து கிடக்கான். எதுக்காக இன்னும் பயப்படுத் தறீங்க! என்னைப் பார்த்ததும் கேவிக் கேவி அழுது, உடம்பு சுடுது. உங்களை ஒருத்தரும் குழந்தையைப் பார்த்துக்கச் சொல்லலியே?'

'அவன் என்கிட்டப் பழகவேண்டாமா மீனா?'

'அப்படிப் பயப்படுத்தினா கிட்டவே வரமாட்டான்.'

'இனிமே பயப்படுத்தலை மீனா.'

'எல்லாப் பணத்தையும் செலவழிச்சாச்சா?'

'தீந்து போச்சு!'

'நல்ல காரியம் பண்ணினீங்க. நாளைக்கு அரிசிக்கு என்ன செய்ய றது? சர்க்கரைக்கு பாலுக்கு... ஒரே நாள்லே எல்லாத்தையும் விட்டுட்டீங்களே?'

'உங்கிட்ட காசில்லையா?'

'என்கிட்ட கொஞ்ச நாளைக்கு இருக்குது.'

'நான் திரும்பி வரலைன்னா எப்படிச் சமாளிச்சிருப்பே? உனக்கும் குழந்தைக்கும் இருக்கு இல்லையா?'

'நீங்க என்ன சொல்றீங்க?'

'நீ எனக்காக ஒரு காசு செலவழிக்க வேண்டாம். எனக்கு வேலை கிடைச்சு உங்களைக் காப்பாத்தறவரைக்கும் எனக்காக ஒரு பைசா செலவழிக்க வேண்டாம்.'

'இது ஏன் வெட்டி வார்த்தை? ஒரே வீட்டிலே ஒருத்தருக்குச் சாப்பாடு போடாம இருக்க முடியுமா? இந்தாங்க வேஷ்டி, சாப்பிட வாங்க!'

ராத்திரி வெகுநேரம் விழித்திருந்தான். மீனா, முருகனை அணைத்துக்கொண்டு அந்தப் பக்கம் திரும்பிக்கொண்டு படுத்திருந்தாள். எங்கோ ஹாரன் சப்தம் சற்று நேரம் கேட்டுக் கொண்டிருந்தது. தூங்கிப் போனான்.

பஸ் ஸ்டாண்டிலிருந்து பனகல் பார்க் வரை பதினைந்து கடை ஏறி இறங்கினான். டீலக்ஸ் டெய்லர்ஸில் ஜனவரி மாதம் வரச் சொன்னார்கள். அமர் டெக்ஸ்டைல்ஸில்... வாயிற்பக்கம் ஒரு ஓரத்தில் கடை போட்டுக்கொள்கிறேன் என்று கேட்டான். முதலாளி பம்பாய்க்குப் போயிருக்கிறதாகச் சொன்னார்கள். 'தீபாவளி கழிச்சு வர்றியே. இப்ப யார் டெய்லரை எடுத்துப் பாங்க. சைனா பஜார் பக்கம் போய்ப் பாரு.... அங்கே நிறைய தையக்கடைங்க இருக்குது.'

ஒரே ஓர் இடத்தில் சற்று நம்பிக்கை தந்தார்கள். 'இப்படியே நேராப் போனா நகைக்கடை வரும். பக்கத்திலே சந்து, பால் டிப்போ வரும். டைப்ரைட்டிங் இன்ஸ்டிட்யூட் வரும். அங்கே ஒரு சின்ன இடம் காலியிருந்தது. போர்டு போட்டிருந்தது. சீக்கிரம் போ. அதுக்குள்ளே யாராவது வந்துடப் போறாங்க. ஓடு...ஓடு...'

திராவிடர் பழரசக்கடையில் இருந்தவர்தான் அதற்கு ஓனராம். இடம் சின்னதாக இருந்தது. ஆனால் பஜாருக்கு அருகில் இருந்தது. நிச்சயம் வைத்தால் ஆர்டர்கள் வரும்.

'எவ்வளவு குடுப்பீங்க?'

'என்னங்க?'

'வாடகை?'

'நீங்க சொல்லுங்க.'

'எனக்கு வாடகை அதிகம் வேண்டாம். மாசம் எண்பது ரூபாய் போதும்... ஆனா அட்வான்ஸ் மூவாயிரம் ரூபாய் வேணும்.'

'மூவாயிரம் ரூபாயா?'

'நேத்திக்கு ஒரு ஆளு வந்து நாலாயிரம் ரூபா கொடுத்து நூறு ரூபா கொடுக்கிறேன்னு சொன்னான். வேணாம்னுட்டேன். பாப்பானுக்குக் கொடுக்கறதில்லைன்னு வெச்சிருக்கேன். ஒரு திராவிடன் மற்றொரு திராவிடனுக்குக் கொடுக்கறேன்... அதான் மூவாயிரம் ரூபாய். சோமு அண்ணே. உன்னை எனக்கு பிடிச்சுப் போச்சு. வெள்ளிக்கிழமைவரை நான் காத்திருக்கிறேன். நீ காலி பண்றப்போ முன் பணத்தை எண்ணி வச்சுடறேன். யோசிச்சுப் பார்த்துட்டு நாளைக்கு வந்து சொல்லு!'

திரும்பிச் செல்லும் போது முழுவதும் யோசித்தான். மூவாயிரம் ரூபாய் எங்கே கிடைக்கும்? இந்தச் சந்தர்ப்பத்தை நழுவ விடலாமா? இடம் நல்ல இடம்தான். சந்தேகம் இல்லை. ஒரு நாளைக்கு இருபது ரூபாய் நிச்சயம் சம்பாதிக்கலாம். கையில் ஒத்த கைக்காசு கிடையாது. கடை ஆரம்பிக்க, ஏன் நூல் வாங்கக்கூட, பட்டன் வாங்கக்கூட காசு வேண்டும். காசு... காசு... யாரிடமாவது கடனாகக் கேட்கலாம். யாரிடம்?

உடனே தேவராஜன் ஞாபகம் வந்தது... ‘சே! அவனிடமா! ஏன்? கடனாகத்தானே, கேட்கப் போகிறேன். கொஞ்சம் நிலைத்தவுடன் திருப்பி அவன் முகத்தில் எறிந்துவிட வேண்டியதுதானே!’

சோமு, தேவராஜனைப் பார்க்கச் சென்றான்.

அந்தக் கட்டடத்தின் வாசலில் ‘ஸ்ரீனிவாசா ரிக்ரியேஷன் கிளப்’ என்று சாதுவான பெயருடன் திருப்பதி வாசரின் படத்துடன் போர்டு தொங்கிக் கொண்டிருந்தது. ரிஜிஸ்டர் நம்பர்கூட இருந்தது. உள்ளே நுழைந்ததும் இருந்த ஹாலில் சிலர் கேரம் போர்டு ஆடிக்கொண்டிருந்தார்கள். ஒரு டேபிள் டென்னிஸ் மேஜை இருந்தது. ஹாலைத் தாண்டின அறையில் ‘பேச்சைக் குறை’ என்கிற அறிவிப்பின்

கீழ் மேஜை போட்டுப் பத்திரிகைகள் இறைந்திருந்தன. மப்ளர் சுற்றி வயதானவர் ஒருத்தர் 'பவன்ஸ் ஜர்னல்' படித்துக் கொண்டிருந்தார். அறையில் காந்தி, புத்தர், ராமகிருஷ்ணர் போன்ற நல்லவர்களின் படங்களுக்குக் குறைவில்லை.

உபத்திரவமில்லாத இந்தப் பிரதேசங்களைக் கடந்து சோமு கட்டடத்தின் பின்புறம் சென்றான். அந்தப் பக்கம்கூட ஒரு வழி இருந்தது. மாடி ஏறி 'ஸ்டோர் ரூம்' என்று குறிப்பிட்டு மூடி யிருந்த அறைக் கதவை அடைந்து இரண்டு தடவை தட்டினான்.

கதவு தயக்கத்துடன் திறந்தது. ஒரு துண்டு மீசை எட்டிப் பார்த்தான். 'யார் வேணும்?' என்றான்.

'தேவராஜன் சாரைப் பார்க்கணும்.'

'அவரு இல்லை, வெளியூர் போயிருக்காரு.'

'சோமு வந்திருக்கான்னு சொல்லு. வெளியூர்லேந்து திரும்பி வந்துடுவாரு. போடா, பழைய ஆள்தான் நான்.'

'ஒரு நிமிஷம் இருங்க, இப்ப வர்றேன்...' கதவு மூடிக் கொண்டது. சோமு சுற்றும் முற்றும் பார்த்தான். பழக்கப்பட்ட இடம். வாசனைகள்கூட மாறவில்லை. சுருட்டுப் புகை வாசனை, பழைய பேப்பர் வாசனை, காய்ந்த இலை வாசனை, குற்ற வாசனை.'

'உள்ளே வாங்க.'

'அவனை வாங்கிக்கொண்டவுடனே கதவு சாத்தப்பட்டது. முதலில் நிஜமாகவே ஸ்டோர் ரூம் இருந்தது. அதில் இரண்டு கண்ணாடி பீரோ விலகின இடத்தில் ஒரு கதவு. கதவைக் கடந்ததும் வானிலை திடுதிடுப்பென்று மாறியது. வட்ட மேஜைகள் மூன்றில் ரம்மி ஆடிக்கொண்டிருந்தார்கள். புதிய சீட்டுக் கட்டுகள், புதிய முகங்கள், பிளாஸ்டிக் வட்டங்கள், பச்சை, நீலம், வெளிர் சிவப்பு, சிவப்பு என்று குவிந்திருக் கின்றன. எல்லாம் ரூபாய்களுக்குப் பதில். மேஜையில் ஒரு பைசாவைப் பார்க்க முடியாது. கடைசியில் பாங்கரிடம் கை மாறும். பாயிண்ட்டுக்குப் பத்து ரூபாய்வரை கூடப் போகும். எத்தனை ஆடியிருக்கிறான். அத்தனை பேருக்கு அந்த இடம் மௌனமாகவே இருந்தது. கண்ணாடி கிளாஸ்களில் ரம் இருந்தது. பீங்கான் தட்டுகளில் பாதி கடித்த சிக்கன் இருந்தது.

தேவராஜன் அவனுடைய ஏர்கண்டிஷன் அறையில் இருந்தான். மார்பில் மொமொசவென்று மயிருடன், சட்டை பனியன் இன்றி இடுப்புவரை லுங்கி கட்டிக்கொண்டு நாற்காலியில் சாய்ந் திருக்க, அவன் தோள் பாகங்களை ஒருத்தி பிடித்துவிட்டுக் கொண்டிருந்தாள். 'வாய்யா சோமு, இப்பத்தான் வழி தெரிஞ் சுதா! உள்ளே போடி, ஜகனை வரச் சொல்லு!'

அந்தப் பெண் தன் புடைவையைச் சரி செய்துகொண்டு சோமுவைப் பார்த்து சிரித்துவிட்டுச் சென்றாள். செல்லும்போது ஒன்றேகால் ரூபாய் சென்ட்டின் வாசனை காற்றடித்தது.

தேவராஜனுக்கு நாற்பது வயசிருக்கும். சின்ன வயதில் ஆபரேஷன் பண்ணிக்கொண்ட க்ளெஃப்ட் பேலட் அடை யாளத்தை மறைக்கப் பெரிசாக மீசை வைத்திருந்தான். மேல் உதடு தூக்கலாக இருந்தது. சிரிக்கும்போது பயமாக இருந்தது. முன் மண்டை ஏராளமாக, அதில் ஒரு தழும்பு இருந்தது. கண்களில் சாகசம் இருந்தது. விரலில் பட்டை மோதிரத்தில் அலங்காரமாக ஆங்கில 'டி' எழுத்தின் மத்தியில் பதிந்திருந்த ஒற்றை வைரம் பளிச்சிட்டது.

சட்டை அணிந்துகொண்டான். ஒரு பெட்டியிலிருந்து சூர்ணத்தை எடுத்து வாயில் அடக்கிக்கொண்டு சோமுவிடம் அதை நீட்டினான். சோமு மறுத்தான். அதில் உள்ள சேர்மானங்கள் அவனுக்குத் தெரியும்.

'என்னமோ நீ பெரிய மனுசனாயிட்டே. வண்டி அனுப்பிச்சு ஆளை அனுப்பிச்சாக்கூட வரமாட்டியாம்?'

'கொஞ்சம் ஜோலி இருந்ததுங்க.'

'எங்களை எல்லாம் மறந்துபோயிட்டியா?'

சோமு சிரித்தான்.

'இப்ப என்ன திடீர்னு கடாச்சம்?'

'ஒரு உதவி வேணும்! அதுக்குத்தான் வந்தேன்.'

'என்ன வேணும் சொல்லு?'

'ஒரு தையற்கடை வைக்கலாம்னு இருக்கேன்.'

‘ம்...’

‘அதுக்குக் கொஞ்சம் பணம் தேவைப்படுது.’

‘எவ்வளவு?’

‘நாலாயிரம், கடனாகத்தான் கேக்கறேன்.’

ஜகன் உள்ளே வந்தான்.

‘சோமு! வந்து சேர்ந்துட்டியா?’

‘வந்துட்டான்! சேரலை... தையக் கடையா? என்னடா உனக்குப் புத்தி இப்படிப் போவுது...’

‘வேற எதுவும் எனக்கு தெரியாது தேவா...’

‘அ... அ... வுடறான் பாரு! இந்த ஜில்லாவிலே உனக்கு ஈடா இரும்புப் பெட்டி திறக்கற ஆளு கிடையாது. தெரியாதாம்...’

‘அதெல்லாம் பழசு! முடிஞ்சு போச்சு தேவா.’

‘ஜகன்! நாலாயிர ரூவா எடுடா’ என்று தன் மேஜை டிராயரிலிருந்து ஒரு சாவிக்கொத்தை எடுத்து அவன்மேல் எறிந்தான். ஜகன் அதைப் பிடித்துக்கொண்டு எதிரே இருந்த அலமாரியைத் திறந்தான்.

அலமாரிக்குள் கொள்ளை சாமான்கள் அடைந்திருந்தன. ஒரு சூப்பர் 8 மில்லிமீட்டர் ப்ரொஜெக்டர் தெரிந்தது. சின்னச்சின்ன ஃபிலிம் கருவிகள் தெரிந்தன.

‘முதல்லே போட்டுக் காமிப்பாங்க. அப்புறம் அதே மாதிரி செய்தும் காமிப்பாங்க. நூறு ரூபா டிக்கெட்.’

ஜகன் புதிய நோட்டுகளை எண்ணிக் கற்றையாக்கி தேவராஜனிடம் கொடுத்தான். ‘நம்ம அண்ணாநகர் விசயம்?’ என்றான்.

‘இருடா! இப்பத்தானே வந்திருக்கான்!’

பணத்தை சோமுவிடம் தேவராஜன் கொடுப்பதற்குமுன் தயங்கி, ‘சோமு, இந்தப் பணத்தைத் திருப்பிக் கொடுக்கவேண்டாம்.’

‘அப்ப எனக்கு வேண்டாம்.’

‘நான் சொல்லறதை முழுக்கக் கேளு.’

‘நீங்க என்ன கேப்பீங்கன்னு எனக்குத் தெரியும்.’

‘நான் கேக்கவே இல்லியே...’

‘நீங்க கேக்கற உதவியை என்னாலே செய்ய முடியாது. நான் கடன் வாங்கத்தான் வந்தேன். காரியம் செய்ய வரலை.’

‘அப்ப நான் எதுக்கு இந்தப் பணத்தை உனக்குக் கொடுக்கணும்?’

‘வேண்டாம், நான் வர்றேன்...’

‘அட! அதுக்குள்ளே கோவிச்சுக்கறியே! பழைய சோமுதாண்டா, முணுக்குன்னு கோபம்...’

‘இல்லை தேவா! எனக்கு ஏற்கெனவே ஜெயிலுக்குப் போய் தெளிஞ்சு போச்சு. பழைய சிநேகிதத்துக்காக உங்ககிட்ட வந்தேன். மறுபடி ஆரம்பிக்கறதுக்கு இல்லை. நீங்கள்லாம் ஒரு தடவை ஜெயில்லே இருந்து பார்க்கணும். ஒரு தடவை அந்தச் சோத்தை தின்னு பார்க்கணும். வருஷக்கணக்கா பெண்டாட்டியைப் பார்க்கமுடியாம வார்டிலே, கைல கால்லே சங்கிலி போட்டுப் பார்க்கணும். ஒரு தடவை அந்த நாத்தத்தையும் ரத்தத்தையும் வார்டர்களையும் சந்திச்சுப் பார்க்கணும்.’

‘இதப் பாரு சோமு! சொல்லு, நீ ஜெயிலுக்குப் போனதுக்கு நான் காரணமா? சொல்லிடு!’

‘காரணம் யாரு என்னான்னு நான் நினைக்கிறதை விட்டுட்டேன்.’

‘நீயா சொந்த முயற்சியாப் போய்த்தானே மாட்டிக்கிட்டே! எனக்காக வேலை செஞ்சபோது எப்பவாவது என்னிக்காவது ஒரு தடவை மாட்டிக்கிட்டிருக்கிறாயா? மாட்டிக்க விட்டிருக்கேனா? எனக்கு மால் கொண்டு வந்தே. டிக்கெட் வித்தே. குட்டிகளை அளைச்சுட்டுப் போனே. பூட்டை ஒடைச்சே. அச்சடிச்சே. ஒரு தடவை தகராறு ஆயிருக்குதா? சீமான் கணக்கா நான் வெச்சுக்கலை? எவ்வளவு சப்போர்ட் தந்திருக்கேன்? யோசிச்சுப் பாரு, தனியாப் போய்த்தானே மாட்டிக்கினே?’

‘இன்னொரு தரம் அதைச் செய்யறதா இல்லை.’

'நான் என்னடா கேக்கறேன் உன்னை? அதைத் தெரிஞ்சுக்காம சும்மா சொன்னதையே திருப்பித் திருப்பிச் சொல்லிக்கிட்டு இருக்கியே! இதப் பார், கவனமாக் கேளு. அண்ணா நகர் இல்லை? அதுக்குப் பக்கத்திலே புதுசா ஒரு காலனி இருக்கு. அதிலே ஒதுக்குப்புறமா ஒரு வீடு இருக்கு. பூட்டின வீடு. இப்ப யாரும் இல்லை. வாசப்பக்கம் ஒரு சொத்தப் பூட்டு தொங்குது. ஒண்ணும் பெரிய வேலை இல்லை. ஆனா வீட்டுக்குள்ளே பெட்ரூமிலே ஒரு இரும்புப்பெட்டி இருக்குது... தனலெட்சுமி மார்க் இரும்புப்பெட்டி. அதுக்குள்ளே சில காகிதங்கள் இருக்கு. அந்தக் காகிதங்கள் எனக்கு வேணும். வெறும் காயிதம்தான். பணம் இல்லை. நகையில்லை, காயிதம்! அதாண்டா...

'தனலெட்சுமியைத் திறக்கத் தெரிஞ்சவன் நீ ஒருத்தன்தான் சோமு. உன் கை பட்டாலே பொசுக்குன்னு திறந்துக்கும். இந்தப் ....பசங்க எல்லாம் அதுக்கு லாயக்கில்லை. அந்தக் காகிதங்களை வைச்சுக்கிட்டு ஒரு பார்ட்டி என்னை உசிரை வாங்குது. அவன் செய்யறதுதான் குற்றம்! பிளாக்மெயில்! நீ எதுவும் நல்லவங்க வீட்டிலே திருடற மாதிரி குற்ற உணர்ச்சியே வேண்டாம். கழிசடை அந்த ஆளு. அந்தக் காகிதம் எனக்குக் கிடைச்சுட்டாப் போதும். பணம் கேட்டுக்கிட்டே இருக்கான். வண்டி குடுக்க றேன். ஒத்தாசைக்கு ஆளுங்க தர்றேன். இந்தா, இந்தப் பணத்தை நீயே வெச்சுக்க. எனக்கு இந்த ஒரு சின்னக் காரியம் செஞ்சு குடுத்துரு, போதும். ஜாஸ்தி நாளில்லை. ஒரு வாரத்திலே திரும்பி வந்துடுவான். திருப்பதிக்கு சாமி கும்பிடப் போயிருக்கான்.'

அந்த நூறு ரூபாய்க் கற்றையைத் தேவராஜன் மேஜைமேல் எறிந்தான்.

'எடுத்துக்க சோமு' என்றான் ஜகன்.

'இரும்புப் பெட்டி திறக்கிறதெல்லாம் எனக்கு மறந்து போச்சு தேவா.'

'எப்படிறா மறக்கும்! ரத்தத்திலே இருக்கறது எப்படி மறக்கும்! நாலு வெத்துச்சாவி எடுத்துக்க! ஒரே ஒரு அரம். சின்ன அரம் எடுத்துக்க! உன்னை மாதிரி மாஸ்டர்களுக்கு வேற என்னடா வேணும்? உன் விரல்களைப் பத்தி எனக்குத் தெரியாதா?'

அவன் அந்த ரூபாய்களைப் பார்த்தான்.

‘வேலை முடிஞ்ச உடனே உனக்கு இன்னும் ரெண்டாயிரம் தர்றேன். கடை நானே வெச்சுக் குடுக்கறேன். ஜகன், நாளைக்குச் சாயங்காலம் அந்த வீட்டைக் காட்டிக் குடுத்துரு. அப்புறம் அவன் என்ன கேக்கறானோ எல்லாம் குடுத்துரு. வண்டி வேணும்னா குடு.’

‘இல்லை தேவா! நான் இதைச் செய்ய முடியாது.’

‘அடப் போடா! இந்தச் சின்ன வேலைக்கு இப்படித் தயங்குற! பூட்டின வீடு, தனி வீடு, ஒரு காவல் கிடையாது.’

‘நான் அதுக்குச் சொல்லலை. வந்து ரெண்டுநாள்கூட ஆகலை. மறுபடி ஆரம்பிக்கறதுக்கு மனசு ஒப்பலை.’

‘அதுக்கு நேரம் காலம் பார்க்கணுமா? ஆமா? நீ மறுபடி ஆரம்பிக்கிறதா யார் சொன்னா? ஒரே ஒரு தடவை உன் பழைய சிநேகிதத்துக்காக ஒரு சின்ன காரியம் மட்டும் செய்யப்போறே! அதுக்கப்புறம் யார் உன்னைக் கட்டாயப்படுத்தப் போறாங்க? யார் உன் வழிக்கு வரப் போறாங்க? நீ நல்லா இருக்கணும், தையக்கடை வெச்சு ஒழுங்கா சம்பாதிச்சு பெண்டாட்டியைக் காப்பாத்தணும். நல்லவனா வாழணும். அதானேடா எனக்கும் விருப்பம். கடை வெச்சுக் கொள்ளையா சம்பாதிச்சு, கொடுத்த பணத்தைத் திருப்பிக் கொடேன். நான் வாங்கமாட்டேன்னா சொல்லுவேன்? சந்தோஷமா வாங்கிக்குவேன்.’

சோமுவின் தையல் கடையில் வெளிச்சமாக இருந்தது. ‘சோமுஸ் ஹை கிளாஸ் டெய்லர்ஸ் அண்ட் டிரேப்பர்ஸ்’ என்ற வண்ண வண்ண எழுத்துக்களில் போர்டு பளிச்சென்று இருந்தது. உள்ளே சோமுதான் மாஸ்டர் கட்டர், கட்டிங் மட்டும்தான் பண்ணுவான். சாக்பீஸால் நான்கைந்து திறமையான கோடுகள் இழுத்துவிட்டு, ஷோலிங்கன் கத்திரியால் நறுக் நறுக்கென்று நாலு வெட்டு வெட்டிவிட்டுச் சுற்றி வைத்துவிடுவான். மற்றதை அவர்கள் பார்த்துக்கொள்வார்கள். விதவித மில்ரகத் துணிகள் வேறு விற்கிறான். ட்ரயல் ரூம் என்று மூன்று அறைகள். ‘லேடீஸ் செக்‌ஷன்’ தனியாக. சிவகுமார், ஜெய்சங்கர் போன்றவர்கள் வந்தபோது எடுக்கப்பட்ட போட்டோ படங்கள் மாட்டப்பட்டிருந்தன. ‘என்ன சோமு, 15-ம் தேதிங்கறீங்களே, கல்யாணம் பத்து தேதிக்கு ஃபிக்ஸ் ஆயிருக்கு!’ ‘ஸாரி சார்! வேற இடத்திலே பாத்துக்கங்க. இருக்கிற ஆர்டர்களே மூச்சு திணறுது!’

சோமு அந்த நூறு ரூபாய் நோட்டுகளைத் திரட்டி அடுக்கிப் பையில் போட்டுக்கொண்டான்.

‘இன்னிக்கு என்ன கிழமை?’ என்றான்.

‘வியாழன்.’

‘சனிக்கிழமை ராத்திரி வைச்சுக்கலாம் தேவா. நாளைக்கு ஜகன் வந்து இடத்தைக் காட்டிடட்டும்.’

‘சபாஷ்! நம்ம சோமு! பழையபடி நம்ம சோமு! கொஞ்ச நேரம் ஆடிட்டுப் போறியா? முழுக்கோழி மாதிரி ஃபுல் கொடுத்துக் கிட்டிருக்காங்க ரம்மி ரூமுலே!’

‘வேண்டாம்...வரேன்.’

திராவிடர் பழரசக் கடையை மறுபடி போய்ப் பார்த்தான்.

‘வாங்க தம்பி, தீர்மானிச்சுட்டிங்களா?’

‘ஆமாங்க. நீங்க கடையை எப்பக் கொடுக்க முடியும்?’

‘நாளைக்கே! முன்பணத்தை கொடுத்து அக்ரீமெண்ட்டிலே கையெழுத்து போட்டா நாளைக்கேகூட நீங்க ஆரம்பிச்சுடலாம். வெள்ளிக்கிழமை நாளு நல்லாத்தான் இருக்குது.’

‘என்ன அக்ரிமெண்ட்!’

‘பதினொரு மாசத்திற்கு நீங்க கடையை விடறதில்லை, நானும் புடுங்கறதில்லைன்னு. உங்கமேலே நம்பிக்கை வந்துடுச்சுன்னா அப்புறம் அக்ரிமெண்ட் தேவையில்லை. அப்பப்ப உங்க கடை வியாபாரம் செழிச்சாக்கா வாடகைல கொஞ்சம் போட்டுக் கொடுப்பீங்க. சொல்லவேண்டியதில்லை. என்னா மாதிரி இடம் இது. அந்தப் பாப்பான்தான் தூள் பக்கோடா கடை வைச்சு, கடைல வர்றதெல்லாம் ரேஸ்ல விட்டான். மூணு மாச வாடகை பாக்கி. அதுக்குத்தான் முன் பணம்.’

‘எல்லாப் பணத்தையும் இப்பவே குடுத்துரணுமா?’

‘அட பணம் எங்கே போகுது? இப்ப ஒரு ஆயிரம் ரூபா கொடுங்க, பாக்கியை ஒண்ணாம் தேதி குடுங்களேன்.’

‘கடை உங்களதுதானே?’

‘என்ன அப்படிக் கேட்டுப்பிட்டீங்க? உக்காருங்க பைன் ஆப்பிள் ஜூஸ் சாப்பிடுறீங்களா? அண்ணா பேச்சைப் போல் இனிக்கும். டேய் சாவுகிராக்கி. டம்ளரை எடுடா.’

‘வேண்டாங்க’ என்று ஜூஸை மறுத்தான். ஆயிரம் ரூபாயைக் கண்களில் ஒற்றிப் பைக்குள் போட்டுக்கொண்டு ‘பார்த்தவுடனே தெரிஞ்சுடும். அன்னிக்கு உங்கமேல பார்வை பட்டதுமே எனக்குத் தெரிஞ்சு போச்சுங்க. நீங்க எவ்வளவு நம்பிக்கை யானவரு, எவ்வளவு.... எதையும் தாங்கும் இதயம் உள்ள வருன்னு...’

தையல் மெஷின் வாங்கிய கடையில், ‘கை மெஷினைத் திருப்பிக் கொடுத்துவிட்டு கால் மெஷினுக்கு மாற்றல் பண்ணிக் கொள்ள லாமா, அதிகப்படி பணத்தைக் கொடுத்து விடுகிறேன்‘ என்று கேட்டான்.

‘தாராளமாக...’

வீட்டுக்கு நடக்கும்போது அவன் உற்சாகத்தில் கவலை கலந் திருந்தது. அடிக்கடி தனலெட்சுமியின் ஞாபகம் வந்தது. அது சற்றுப் பழங்காலத்து இரும்புப் பெட்டி. திருநெல்வேலியில் ஒரு கம்பெனியில் செய்துகொண்டிருந்தார்கள். இப்போது அந்தக் கம்பெனி இல்லை. பெட்டி குட்டையாக இருக்கும். நல்ல கனத்த இரும்புக் கைப்பிடியில் வெண்கல விரல்கள் இருக்கும். இரண்டு சாவி வேண்டும். திறப்பது சுலபமல்ல. திறந்திருக்கிறான். இரண்டு மூன்று மணி நேரம் ஆகும். ராத்திரி பூரா இருக்கிறதே.

பலமுறை தன் தீர்மானத்துக்கு வேறு காரணங்கள் சொல்லிப் பார்த்துக்கொண்டான். எனக்கு வாழச் சந்தர்ப்பம் பின் எப்படிக் கிடைக்கும்? தையலைத் தவிர வேலை வாய்ப்பு வேறு என்ன இருக்கிறது? எந்த ஜென்மத்தில் எப்படி நான் நாலாயிரம் ரூபாய் புரட்ட முடியும். எனக்கு யார் இருக்கிறார்கள்? இந்த ஒரு காரியத்துடன்தான் எல்லாவற்றையும் ஒழித்துக் கட்டிவிடப் போகிறேனே, அப்புறம் தேவராஜன் பக்கம் தலைவைத்துக் கூடப் படுக்கப் போவதில்லையே! எவனோ ஒருத்தன் எவனையோ பணம் பறித்துப் பிடுங்கிக்கொண்டிருக்கிறான். இரண்டு பேரும் திருடர்கள். நான் எவ்வளவு திருடனோ அவ்வளவு திருடர்கள் தேவராஜனும் அந்தத் திருப்பதி போயிருப்

பவனும். தேவராஜன் கௌரவ மாஜிஸ்டிரேட் ஆகலாம். திருப்பதிக்காரனுக்குச் சாமி ஏகாந்தமாகத் தரிசனம் தரலாம். காசைக் கொடுத்தால் சாமிகூட மைல் கணக்கில் க்யூவில் நிற்கும் சோமுக்களை மறந்து விடுகிறார்.

மாட்டிக் கொண்டால்? அவன் வயிற்றில் திடீரென்று பயம் பாய்ந்தது. மறுபடி ஜெயில்? தாங்காது. எதற்காக மாட்டிக் கொள்ள வேண்டும்? அந்தப் பேச்சே இல்லை. முதலில் இடத்தைப் பார்க்கலாம். சந்தர்ப்பத்தைப் பார்க்கலாம். கொஞ்சமேனும் அதில் மாட்டிக்கொள்கிற அபாயம் இருந்தால் முடியாது என்று சொல்லி விடலாம். என் பத்திரம் முக்கியம்.

‘எல்லாம் முடிஞ்சு போச்சு மீனா.’

‘என்ன?’

‘கடை வைக்கிறதுக்கு.’

‘அட்வான்ஸ் கொடுத்திட்டீங்களா?’

‘கொடுத்தாச்சு. கை மெஷினை மாத்திக்கிடப் போறேன். அப்புறம் கொஞ்சம் சாமான்கள் வாங்கிக்கணும். அடுத்த வாரம் கடை போட்டுடுவேன்.’

‘அதுக்கெல்லாம் பணம் ஏது? எங்க கிடைச்சுது?’

‘கடன் வாங்கினேன்.’

‘எத்தனை?’

‘நாலாயிரம்.’

‘உங்களை நம்பி யார் கொடுத்தாங்க?’

‘எனக்கு ஃப்ரெண்ட்ஸ் இருக்காங்க.’

‘உங்க பழைய சிநேகிதர்களா?’

‘கடனாகத்தான் வாங்கிக்கிட்டு வந்திருக்கேன். திரும்பக் கொடுத்துருவேன். தைரியம் இருக்கு.’

‘தையற்கடை வெச்சா பணம் வருமா?’

'வராம போயிடுமா? பார்த்துறதில்லை! இந்தா, இந்தப் பணத்தை எடுத்து உள்ளே வை. தேவைப்படும்போது வாங்கிக்கறேன். எங்கே பய?'

அவள் பதில் சொல்லாமல் அந்தப் பணத்தை வாங்கிக்கொண்டு தன் கழுத்துச்சங்கிலியில் இருந்த சாவியால் பெட்டியைத் திறந்து மேலாக வைத்து மூடிப் பூட்டினாள்.

'இதப் பாரு மீனா, உன்னையும் புள்ளையையும் சந்தோஷமா வெச்சுக்கிட்டுச் சொந்தமா சம்பாதிச்சு இன்பமா இருக்கணும். பையனை நல்ல இங்கிலீஷ் படிப்புக்குக் கான்வென்ட்டுக்கு வேன்ல அனுப்பணும். உனக்கு பண்டிகைக்கு புடைவை எடுக்கணும். நீ வேலைக்காரி வச்சிக்கணும். வீடு வீடா வித்துக்கிட்டு அலையறதை நிறுத்தணும். 'சோமுவா? அவன் நல்ல மனுசன்பா! பெரிய மனுசன்யா' அப்படின்னு ஜனங்க பேசிக்கணும். உனக்கு தங்கத்திலே நகை செஞ்சு போடணும். கலர் கலரா பாண்டி பஜார்லே குமிஞ்சு கிடக்குதே புடைவை, அதெல்லாம் கட்டினா நீ எப்படி இருப்பே தெரியுமா? சில வேளையிலே உன்னைப் பாக்கறப்ப எனக்கு நம்பிக்கை வரதில்லை. சோமுப் பயலுக்கு எத்தனை அதிஷ்டம்டா! இந்த மாதிரி அழகான... எங்க போற மீனா?'

'பால் வந்துச்சா பார்க்கறதுக்கு...'

இத்தனை அலட்சியம் பண்ணுகிறாயே, பாவிப் பெண்ணே! உனக்காகத்தாண்டி நான் திருடப் போறேன்!

மறுதினம் காலை பஜாருக்குப் போய் கோட்டெக்ஸ் நூல் கண்டுகள், பெரிய காது வைத்த ஊசிகள், நீட்ட ஊசிகள், கலர் பித்தான்கள், பிரஸ் பித்தான்கள் என்று அட்டைப் பெட்டிகளில் அடுக்கிக் கொண்டு வீட்டுக்கு வந்தான் சோமு. மீனாவையும் குழந்தையையும் அழைத்துச் சென்று கை மெஷினுக்குப் பணம் கொடுத்துக் கால் மெஷின் ஆக்கிக்கொண்டான். பழரசக் கடைக்காரரைப் போய் பார்த்தான்.

‘நாளைக்கே கடையைச் சுத்தம் பண்ணிக் கொடுத்துடுங்க!’

‘ஆவட்டுங்க, இது உங்க மனைவியா?’

‘ஆமாங்க!’

‘பார்த்த மாதிரி இருக்குது. இது புள்ளையா... பேர் என்ன தம்பி?’

‘முருகன்.’

‘சரிதான், வேறு பேரு அம்பிடலையா உங்களுக்கு... அறிவழகன், வெற்றிவேந்தன், இப்படின்னு...’

‘ஒதுக்குப்புறமா இருக்காப்பலே’ என்றாள் மீனா.

‘இருந்தா என்ன, பஜார் பக்கத்திலேதானே இருக்கு?’

‘உங்களுக்கு நெசமாவே தைக்கத் தெரியுமா?’

‘என்ன அப்படிக் கேட்டுப்புட்டே? நீதான் ஒரு ரவிக்கை கொடுத்துப் பாரேன். 70 சென்டிமீட்டர்லே கை வெச்சு கழுத்தை அகத்தி தெச்சுத் தரேன். மூணு ரூபா குடு. போதும்...’

‘பையனுக்கு ஏதாவது தையுங்க!’

‘முதல்லே கோயிலுக்குப் போயி பூசை பண்ணிட்டுச் சாமிக்குத் தேங்காய் உடைச்சுட்டு...’

‘அதெல்லாம் பகுத்தறிவில்லாத ஜனங்கள் செய்யறது. அம்மா முகத்தை எங்க பார்த்திருக்கேன்?’

‘நான் ஒரு வாட்டி உங்க கடையிலே பழம் வாங்கிச் சாப்பிட்டிருக்கேன்’ என்றாள் மீனா.

தேவராஜன் கொடுத்த ரூபாயில் மிச்சம் இன்னும் பணம் நிறைய இருந்தது. மீனாவைப் பாத்திரக்கடைக்கு அழைத்துச் சென்றான். சில முக்கியமான எவர்சில்வர் பாத்திரங்கள் வாங்கிக் கொண்டான். முருகனுக்கு பொம்மை வாங்கினார்கள். லலிதா ஃபார்மஸியில் முருகனுக்கு டானிக் வாங்கும்போது, ‘என்ன மீனா! கொஞ்ச நாளா நீங்க வரலை?’ என்றான் கடைக்காரன்.

மாலை ராஜகுமாரியில் ஒரு சினிமா பார்த்தார்கள். பாதி நேரம் மீனா, முருகனுடன் வெளியே நிற்கவேண்டியிருந்தது. சினிமா முடிந்து ஒன்பதரை ஆகிவிட்டது. பாண்டிபஜாரில் ஓர் ஓட்டல் மாடியைப் பார்த்தான்.

‘சாப்பிட்டுப் போயிடலாம்’ என்றான். அவள் ‘இங்கே வேண்டாங்க!’ என்றாள்.

‘வா, ஏர்கண்டிஷன் ரூம் இருக்குதாம், பாம்பே மீல்ஸ் இருக்குதாம்.’

மேலே போய் உட்கார்ந்து ஆர்டர் செய்தான். அவனுக்குச் சந்தோஷமாக இருந்தது. கலெக்ஷன் மேஜையில் இருந்த இளைஞன், மீனாவை அடிக்கடி பார்த்தது சோமுவுக்குச் சில வேளை பெருமையாகவும், சில வேளை எரிச்சலாகவும் இருந்தது. எதிரே அவளைப் பார்த்தான். ஓட்டலின் மங்கிய ஒளியில்கூட அழகாகத்தான் இருந்தாள். அவன் வாங்கிவந்த

சேலையை அவள் உடுத்திக் கொண்டிருந்தால் அவளுக்கு அற்புதமாக இருந்திருக்கும். அந்த நீல பூப்போட்ட சேலை கூடப் பரவாயில்லை. முருகன் அவளை அடிக்கடி துகிலுரிய, அவள் மார்பு தெரிந்ததைச் சர்வர் திருட்டுப் பார்வை பார்த்துக் கொண்டிருந்தான். ஜூக் பாக்ஸ், தமிழ் சினிமா பாடியது. முருகன் தாளம் போட்டான். ஒரு தடவை சோமுவிடம் வந்தான்.

'நான் யாரு சொல்லு?'

'மாமா.'

'மாமா இல்லடா! அப்பா சொல்லு.'

'அப்பா' என்றான் தயக்கத்துடன்.

'சபாஷ்! இன்னிக்கு எனக்கு ப்ரைஸ் கிடைச்சிடுச்சு.'

இரண்டு இளைஞர்கள் புதிதாக வந்தார்கள். அவர்களில் ஒருத்தன் மெல்ல ஆடிக்கொண்டே அவர்களைக் கடந்து செல்லும்போது மீனாவைப் பார்த்து 'ஹாய்' என்றான். அவன் சகா அவனை அணைத்து அழைத்துச் செல்ல, அவர்கள் எதிர்ப்புற மேஜையில் உட்கார்ந்ததும் அதைப் பலமாகத் தட்டினான்.

'என்னப்பா வெய்ட்டர், என்ன இத்தினி நேரம்?' என்று இரைந்தான். ஹாலில் உட்கார்ந்திருந்தவர்கள் அத்தனை பேரும் அவனைத் திரும்பிப் பார்த்தார்கள்.

சோமு பில்லைப் பார்த்துச் சற்று அயர்ந்துபோனான்.

'காசை ரொம்பக் கன்னாபின்னான்னு செலவழிக்கிறீங்க.'

'ஒரு நாளைக்குத்தானே! போனாப் போவுது'

'சிக்கன் பிரியாணி கொண்டுவா! பரோட்டா குஸ்கா கொண்டு வா' என்றான் குடித்திருந்த அந்த ஆள்.

'ஸாரி சார்! இது வெஜிட்டேரியன் ஹோட்டல்.'

'அப்ப பக்கத்திலே மிலிடரி ஓட்டல்ல போய் வாங்கிட்டு வா!'

வெய்ட்டர் கல்லாவில் உட்கார்ந்திருந்தவனைப் பார்க்க, அந்த ஆசாமி சண்டையை விரும்புபவனாகத் தெரியவில்லை. தயங்கி யோசித்துக் கீழே உட்கார்ந்திருக்கும் முதலாளியையோ,

யாரையோ கேட்கப் புறப்பட, மீனா, 'வாங்க போகலாம்' என்று எழுந்தாள். இதைப் பார்த்த அந்த இளைஞன் சற்றும் எதிர்பாராத விதத்தில் நேராக மீனாவை நோக்கி நடந்துவந்து, 'என்னம்மா, அப்புறம் வர்றியா' என்றான்.

சோமு எழுந்து நின்று அவனைத் தள்ளி, 'பிரதர், குடிச்சுட்டு என்னதான் பேசறதுன்னு வரம்பு கிடையாதா?' என்றான்.

'நீ யார்ரா? எனக்கும் இவளுக்கும் பேச்சு, என்னடி வர்றியா?'

'இத பாரு! ஒரு உதை எங்கிட்ட தாங்க மாட்டே!'

'போடா.'

சோமு மின்னல் வேகத்தில் அவன் தாடையில் அடிக்க, அவன் அங்கிருந்து இருபதடி தள்ளி விழுந்தான். அவன் வாயோரத்தில் உடனே ரத்தம் கசிய ஆரம்பித்தது. ஓடிப்போய்ச் சோமு அவனை விலாவில் மிதித்தான். அவன் 'அய்யோ அம்மா, சாவடிக்கிறானே!' என்று அலற, சில பேர் சோமுவைச் சர்க்கஸ் சிறுத்தையைப் போல் அடக்கி இருக்காவிட்டால், அவன் மார்பெலும்புகள் உடைந் திருக்கும்.

குடிகாரனுடன் கூட வந்தவன், 'யோவ்! எதுக்காகய்யா சின்னப் பையனைப் போட்டு அடிக்கிற?'

'அவனைச் சாவடிக்கணும்? பொண்டாட்டியைப் பத்திப் பேசினா என்னமா இருக்கும்?'

'எங்கேயா ப்ரொப்ரைட்டர்? போலீஸுக்குப் போன் பண் ணுய்யா!'

சோமுவுக்கு சற்று திகில் ஏற்பட்டது. மீனா, 'வாங்க போயிடலாம்' என்றாள்.

'இருடா, எங்கே போறே! போலீஸ் வரட்டும். அவங்களுக்குப் பதில் சொல்லிட்டுப் போ.'

'வேண்டாங்க, நீங்களும் வந்துருங்க! போலீஸ் கீலீஸ்ங்கறாங்க!'

அவன் புறப்பட, குடித்தவன் கூட வந்தவன் சோமுவைத் தடுத்து, 'இருடா' என்று கையைப் பிடிக்க சோமு முரட்டுத்தனமாக அவனைச் சர்வர்மேல் தள்ளினான். காப்பிக் கோப்பைகள் உருண்டன.

‘பெண்டாட்டி பின்னாலே ஓடறாண்டா பயத்தாலே....’

திரும்பி நிதானமாக வந்தான் சோமு, ‘நீயும் வாடா?’ என்று அவன் சட்டையைப் பிடிப்பதற்குள், பலர் சண்டையை விலக்கி விட்டார்கள். ‘நீ போய்யா.... போய்க்கோ! போலீஸ்கிட்ட சொன்னா ரெண்டு பேருக்கும் ஆபத்து. அவன் குடிச்சது தப்பு, நீ அடிச்சது தப்பு.’

மீனாவுடன் நடந்து வரும்போது ‘இனிமே உங்ககூட ஜென்மத்துக்கும் வெளியே வரப் போறதில்லை.’

‘என்ன மீனா, அவன் என்ன பேசினான். உன்கிட்டே வந்து அந்த மாதிரி கேட்டாக்கா, ஒருத்தனாலே சும்மா இருக்க முடியுமா? செருப்பால அடிக்க வேண்டாம்! உன்னைக் காப்பாத்தறது என்னோட கடமையில்லையா?’

‘ஆமாம், மூணரை வருசமா காப்பாத்தினீங்க பாருங்க. அந்த ஓட்டல் வேண்டான்னு சொன்னேனே...’

அவனுக்கு சுருக்கென்றது. மௌனமாக நடந்துவந்தார்கள். ‘என்ன மனுசங்க!’ என்றான் ஒரு தடவை. அவளுக்குப் புரியவில்லை.

வீட்டை அணுகும்போது ஜகன் வண்டியுடன் காத்திருந்தான். ‘உங்க சிநேகிதங்க காத்திருக்காங்க, போய்ட்டு வாங்க’ என்றாள் குரலில் கேலியுடன் .

‘வணக்கம் தங்கச்சி! டேய், சின்ன சோமு! தூங்கிப் போய்ட் டியா?’ மீனா கவனிக்காமல் உள்ளே சென்றாள்.

‘ஜகன், இப்ப எதுக்கு வந்தே?’

‘அந்த வீட்டைக் காமிச்சுக் கொடுக்கறதுக்கு. தேவராஜ் சார் ஞாபகப்படுத்தினாரு. நாளைக்குச் சனிக்கிழமை.’

‘இப்ப ராத்திரியிலே என்ன தெரியும்?’

‘என்ன வாத்தியாரே, ராத்திரிதானே உனக்கு எல்லாம் தெரியும்...’

‘ஜகன். நீ இந்த மாதிரி நக்கலாப் பேசறதை உடனே நிறுத்திக்க, நான் அடிச்சா தாங்கமாட்டே...’

'என்னை அடிப்பியா வாத்தியாரே?'

'மறுபடி அந்த மாதிரி பேசினா நிச்சயம் அடிப்பேன்.'

'தங்கச்சியை நினைச்சா எனக்குப் பரிதாபமா.... அ...அ! அடிக்காதே...' ஒதுங்கிக்கொண்டான்.

'இந்த அடி உதையெல்லாம் இன்னும் உன்னை விட்டுப் போகலை போலிருக்கு.'

'உன் மாதிரி ஆளுங்களுக்கு அந்த பாஷைதானே புரியுது'

'அப்ப நீ வரியா இல்லியா?'

'இன்னிக்கு வர்றதில்லை. நாளைக்குக் காலை எட்டு மணிக்கு வரதா இருந்தா வா, இல்லைன்னா எல்லாம் கான்ஸல். போய் தேவராஜன் கிட்ட சொல்லிடு போ!'

'ரூபா வாங்கிக்கிட்டே!'

'ரூபாயைத் திருப்பி மூஞ்சிலே எறிஞ்சுடறேண்டா.'

'இப்பவே எறியேன்...'

'இப்ப இல்லை, பெரும்பாலும் செலவழிச்சுட்டேன்.'

'அப்ப...'

'காலைலே வா!'

அறைக்குள் நுழைந்ததும் மீனா, 'என்ன போகலியா?' என்றாள்.

'எங்கே?'

'உங்க சகா வந்து, கூப்பிட்டாரே! எதுக்கு தையக்கடைன்னு அல்லாடறீங்க? அவன் கூடப் போனா சுலபமா காசு வரது!'

'மீனா, நீ பேசறது நல்லால்லே... என்னை நான் மறுபடி ஏதாவது ஸ்திரப்படுத்திக்கத் தவிக்கிறதை உன்னால் புரிஞ்சுக்க முடியலியா?'

'எனக்குப் புரியாதது ஒண்ணு! உங்களுக்குத் திடீர்னு எப்படி அத்தனை ரூபா வந்திருச்சு!'

'அதுதான் சொன்னேனே, கடன் வாங்கினேன்னு...'

'உங்க பழைய ஆசாமிங்க கிட்டேதானே?'

'யாரு கிட்ட வாங்கினா என்ன, திருப்பிக் குடுத்துறப் போறேனே!'

'சும்மா கடன் குடுத்தாருங்களா?'

தயக்கத்துடன், 'ஆமாம்' என்றான்.

'தையற்கடை வெச்சு சம்பாதிச்சு திருப்பிக் கொடுக்கிறதா உத்தேசமா?'

தயக்கமில்லாமல், 'ஆமாம்' என்றான்.

அவள் சிரித்தாள். 'இதப் பாருங்க, ஆரம்பமே தப்பு. அந்த இடத்திலே எட்டு கடை இருக்கு. ஒவ்வொருத்தன் எட்டாளு பத்தாளு வெச்சுக்கிட்டு லைட்டு போட்டு, ஓஹோன்னு வெச்சிருக்கான். அதுக்கு நடுவில நீங்க ஒண்டி ஆளா உக்காந்துக்கிட்டு ஒரே ஒரு மெஷினை வெச்சுக்கிட்டு ஜெயில்லே சொல்லித் தந்ததை வெச்சுக் கிட்டு... ஜெயில்லே என்ன சொல்லித் தந்திருப்பாங்க! காலர் வைக்காத அரைக்கைச் சட்டை, குல்லா, டிராயர்... அம்....மா!'

அவன் அடித்த அடி அவளை நிலைபெயரச் செய்து தள்ளாட வைத்தது. அப்படியே தாடையைப் பிடித்துக்கொண்டு உட்கார்ந்து விட்டாள்.

'ஜெயிலுக்குப் போனதைப் பத்தி இனி ஒரு வார்த்தை பேசாதே! கொன்னுப்புடுவேன்!' என்றான். அவனுக்கு மூச்சு இரைத்தது.

'போங்க நீங்க. எனக்கு சம்பாதிச்சும் போடவேண்டாம்; உங்க கிட்ட அடிபட்டு நான் சாகவும் வேண்டாம். என்ன திருந்தி யிருக்கீங்க நீங்க? அடி குறைஞ்சிருக்கா, உதை குறைஞ்சிருக்கா? பழைய சகவாசம் விட்டுப் போயிருக்கா? ஒண்ணும் இல்லை. இத்தனை நாள் தனியா இருந்தேன். இனிமேலும் இருந்துட்டுப் போறேன்! போங்க, எங்கேயாவது போங்க. நிக்காதீங்க!'

'மீனா, என்னை மன்னிச்சிடு!'

'இப்ப நீங்க போறீங்களா, நான் என் புள்ளையை எடுத்துக்கிட்டு ஓடட்டுமா? ஏய் முருகா! எழுந்திருடா...' பிள்ளையைப் பலாத் காரமாக எழுப்பினாள்.

'இல்லை மீனா, நான் போறேன்'

அமைதியான கடைத்தெருவில் நடந்தான். சிவப்பு பஸ்கள் உற்சாகமாக, காலியாக வீடு திரும்பிக்கொண்டிருந்தன. கோயில் பூட்டியிருந்தது. கடைகள் பூட்டியிருந்தன. ஒன்றிரண்டு ஹோட்டல்கள் திறந்திருந்தன. அதில் ஒன்றில் நுழைந்து காப்பி குடித்தான். எவர்சில்வர் டம்ளரின் விளிம்பில் துளை போட்டிருந்தது. 'இந்த டம்ளர் ஹோட்டல் சுகுணாவில் திருடப்பட்டது' என்று எதிர்கால சந்ததிகளுக்கு எழுத்துக்கள் பொறிக்கப்பட்டிருந்தன.

காசு கொடுக்கும்போது, 'எல்லா டம்ளர்கள்லேயும் அந்த மாதிரி எழுதி வெச்சிருக்கீங்களா?' என்று முதலாளியைக் கேட்டான்.

'என்னப்பா செய்யறது? கூட்டமா இருக்கிற சமயத்திலே டம்ளரை அடிச்சிக்கிட்டுப் போயிடறாங்க. அதனால் முன்னாலேயே இப்படி எழுதி வெச்சுட்டா விக்க முடியாது பாருங்க? அப்ப திருடமாட்டாங்க.'

'முப்பது பைசா வாங்கிட்டு பூனை மூத்திரம் மாதிரி காப்பி கொடுக்கறீங்களே, அது திருட்டு இல்லையா?' என்று சொல்லி விட்டுப் பதிலுக்குக் காத்திராமல் வெளியே வந்தான்.

அடைபட்ட கடைகளில் முன்பலகையில் பலர் தூங்கிக் கொண்டிருந்தார்கள். ஒரு டாக்டருக்கு ப்ராக்டீஸ் பெருகி, வீட்டின் முன்பக்கத்தை விஸ்தரிக்கக் கட்டிக்கொண்டிருக்கும் வீட்டின் தாற்காலிக அடைக்கலத்தில் இரண்டு கல் வைத்து, சுள்ளி வைத்து, அதன் நெருப்பில் ஒரு பானையில் சோறு கொதிக்க, அது வெந்து முடிவதற்கு ஒரு கணவன், மனைவி, குழந்தை, கைக்குழந்தை, தாய் எல்லோரும் காத்திருந்தனர்.

சோமு தன் கடைக்குச் சென்றான். அதன் முன்வாசலில் படுத்தான்.

தூங்காமல் அதிகாலையில் எழுந்து வீட்டுக்குச் சென்று கதவைத் தட்டினான்

'நான்தான் சோமு!'

மௌனம், பிறகு கதவு திறந்தது. பேசாமல் போய்க் கட்டிலில் உட்கார்ந்தான். மீனா தரையில் படுத்தாள். அவன் பக்கம் திரும்பவே இல்லை.

எட்டு மணிக்கு அவன் புறப்படும்வரை மீனா அவனுடன் பேசவே இல்லை.

ஜகன் காட்டிக் கொடுத்த வீடு தனியாகத்தான் இருந்தது. வாசலில் பூட்டு தொங்கியது. பின்பக்கம் தடிமனான இரும்புக் குழாய் மாடிப் பக்கம் சென்றது. சஜ்ஜா இருந்தது. வீட்டின் எதிர் புறத்தில் ரோட்டைக் கடந்ததும் ஒரு சோடா ஃபாக்டரி இருந் தது. அதன் வாசலில் ஒரு காவல்காரன் நின்று கொண்டிருந்தான்.

'ஃபாக்டரியிலே ராத்திரிகூடக் காவல் உண்டா, தெரியுமா?'

'இருக்கு, கேட்டைப் பூட்டிக்கிட்டு உள்ளே போயிடறான்.'

வீட்டை மறுபடி பார்த்தான். 'பூட்டு பெரிசா இருக்கு' என்றான் ஜகன்.

பூட்டைத் திறக்கவேண்டாம். மாடிப்பக்கம் ஏறிக்கொண்டு ஜன்னல் கண்ணாடியை உடைத்துத் தாழ்ப்பாளை நீக்கிக் கொள்ளலாம். கம்பி இருந்தால் வளைத்துக் கொள்ளலாம். நாலு வருஷம் ஆகிவிட்டது. இன்னும் தெளிவாக எல்லாம் ஞாபகம் இருக்கிறது.

'இரும்புப் பெட்டி எங்கே இருக்குது?'

'கீழே பெட்ரூமிலே இருக்குதுன்னாரு தேவராஜன். ராத்திரி எத்தினி மணிக்கு வரட்டும்?'

'ஒருத்தரும் வரவேண்டாம். நான் தனியாகப் பார்த்துக்கறேன்'

'வண்டி?'

'வேண்டாம்! நீ போய்ட்டு வா. நாளைக்குக் காலையிலே தேவ ராஜனை வந்து பார்க்கறேன்!'

'கில்லாடி வாத்தியாரே!'

'போடா!'

சிறிய டார்ச் விளக்கு வாங்கிக்கொண்டான். கண்ணாடி வெட்டும் ஊசி வாங்கிக்கொண்டான். செல்லோ டேப் வாங்கிக் கொண்டான். மூன்று வித வடிவங்களில் சிறிய அரங்கள், ஒரு

ஜன்னல் மலர் ○ 59

ஹாக்ஸா பிளேடு. உரிய சாவிகளுக்கு மூர்மார்க்கெட்டில் இரண்டு மணி நேரம் தேடிச் சேகரித்துக்கொண்டான்.

புரியாத மனைவியை நோக்கி வீட்டுக்குச் செல்வதற்குத் தயக்க மாக இருந்தது. சுற்றி வேடிக்கை பார்த்தான். ஒரு பக்கத்தில் 'சிறுநீர் கழிக்கும் போது எரிகிறதா? அப்புறம் எவ்வளவு முக்கி னாலும் இரண்டு கல்கங்கள்தான் வருகிறதா?' என்ற கேட்டு, அவர்கள் அந்தரங்க சுத்தங்களையும் பிரம்ம சௌகரியங் களையும் சுட்டிக் காட்டி, நட்ட நடுவே பீங்கான் தட்டில் கரும் பச்சையில் ஜெல்லி போன்றிருந்த வஸ்துவைப் பேனாக் கத்தி யால் வெட்டி, அதில் ஒரு துண்டம் உட்கொண்டால் வரப் போகும் இன்பங்களையும் சௌந்தர்யங்களையும் பட்டியல் இட்டுக்கொண்டிருந்தான் ஒரு மீசைக்கார வைத்தியர்.

'தெரிந்தோ தெரியாமலோ அறிந்தோ அறியாமலோ, போகக் கூடாத இடங்களுக்குப் போய்விடுகிறோம். செய்யக்கூடாத காரியங்களைச் செய்து விடுகிறோம். ஒருத்தர் இருந்தாரு. நம்ம ஊர்க்காரரு. பட்டணம் வந்துட்டு உயிர் காலேஜு, செத்த காலே ஜுன்னு பார்க்காம வேற எங்கேயோ போயிட்டாரு, போயிட்டு வந்து எங்கிட்ட காட்டினாரு. பார்த்தேன்... அப்படியே...'

சோமு மெதுவாக நடந்தான். நடந்து நடந்தே எழும்பூர்வரை வந்து, பிரகாசமான விளக்குகளின் வெளிச்சத்தில் இளைஞர் பாஸ்கெட் பால் விளையாடுவதைச் சற்று நேரம் பார்த்தான். சந்தோஷமாக இருந்தது.

வீடு பூட்டியிருந்தது. 'அக்கா வெளியில போயிருக்காங்க. நீங்க வந்தா சாவி கொடுக்கச் சொன்னாங்க. அவுங்ககிட்ட ஒரு சாவி இருக்குதாம்.'

பின்னிரவில் சோமு அந்தத் தனியான வீட்டை அணுகினான். குழல்விளக்கின் வெளிச்சம் அந்த வீடுவரை பரவவில்லை. இருட்டு அந்த வீட்டை ஏறக்குறையச் சாப்பிட்டிருந்தது. மெதுவாக, பதற்றமே இல்லாமல் அதன் பின்புறம் சென்று செருப்பைக் கழற்றிவிட்டு, கையைத் தரையில் தேய்த்துக் கொண்டு பைப்பைப் பிடித்துக் கொண்டு ஏறினான். பையில் சாதனங்கள் கனத்தன. மொட்டைமாடி, ரேடியோ ஏரியல் கம்பி முகத்தில் பட்டது. கதவு தெரிந்தது. அருகில் ஜன்னல்.

திறமையாக அதன் கண்ணாடியைச் சதுரமாக வெட்டி செல்லோ டேப்பினால் எக்ஸ் வடிவத்தில் ஒட்டி மெலிதாகத் தட்ட, கண்ணாடி சிதறாமல் பதறாமல் வள்ளலாக விலகியது. உள்ளே கை கொடுத்துத் தாளைத் திறந்தான் கம்பியை முதலில் தன் முழு சக்தியையும் பிரயோகித்து வளைத்துப் பார்த்தான். முடியவில்லை. ஹாக்ஸா பிளேடை எடுத்து மெல்ல வெட்ட ஆரம்பித்தான். பாதி வெட்டிக்கொண்டு மறுபடி மூச்சுப் பிடித்து வளைத்ததில் ஜன்னல் கம்பி ஒடிந்தது. பூராவும் உள்பக்கம் வளைத்து, கிடைத்த சந்தில் உடம்பை வளைத்து நுழையும் போது தோளில் கீறியது.

உள்ளே டார்ச் அடித்துக்கொண்டு மாடிப்படிகளில் இறங்கினான், ஒரு ஃபிரிஜ் இருந்தது. அதில் பல ஸ்டிக்கர்கள் ஒட்டியிருந்தன. சுவரில் இரண்டு குழந்தைகள் சிரிக்கும் படமும், ஒரு சீனிவாசர் படமும், இயற்கைக் காட்சிப் படமும், அலமாரியில் புத்தகங்கள், ரத்தன் நாற்காலிகள், நின்றிருந்த சுவர்க்கடிகாரம், ஏர் இண்டியா வின் காலண்டர். இரும்புப் பெட்டி தனலெட்சுமிதான். சந்தேக மில்லை.

நன்றாகச் சுதாரித்து உட்கார்ந்துகொண்டு வெற்றுச் சாவிகளை எடுத்து அதில் ஒன்றை நுழைத்து மிக மெதுவாகத் திருப்பி, அதே சமயம் இரும்புப் பெட்டியில் காதை வைத்து ஒட்டுக் கேட்டான். சாவியை வெளியே எடுத்து ஆராய்ந்தான். மெலிதாகப் படிந்த கோடுகளில் ராவ ஆரம்பித்தான்.

வெளியே ஒரு போலீஸ் ஜீப் வந்து நின்றது.

அந்த ஜீப் கடைசி நிமிஷத்தில் இன்ஜினை அணைத்துவிட்டுத் திருட்டுத்தனமாக வந்து நின்றது. இருட்டில் மூன்று பேர் இறங்கினார்கள். இன்ஸ்பெக்டர் தொப்பியைச் சரி செய்து கொண்டார். அவர்கள் அந்த வீட்டை அணுகினார்கள்.

சோமு சாவகாசமாக டார்ச் ஒளியில் சாவியை ராவிக் கொண்டிருந்தான். இரும்பு இரும்புடன் தேயும் போது எழுந்த கீச் கீச் ஒலி அந்த அறையின் மௌனத்தில் எதிரொலித்தது. சோமுவுக்கு வேர்த்திருந்தது. கை தவறியது. மயிர்க்கால்கள் அபாயத்தை எதிர்நோக்கிக் குறுகுறுத்தன.

போலீஸ்காரர்கள் வெளியில் மர கேட்டைத் திறக்கும்போது முன்ஜாக்கிரதையாக இருந்தார்கள். பதிய நடந்தார்கள்.

சோமு தயாரான சாவியை உள்ளே செலுத்தி ஒரு தடவை முயன்று பார்த்தான். உள்ளே சில லீவர்கள் எதிர்த்தன.

போலீஸ்காரர்கள் வாயிற்கதவு பூட்டப்பட்டிருப்பதைப் பார்த்து வீட்டைச் சுற்றி வந்தார்கள். இன்ஸ்பெக்டரின் கையில் டார்ச் இருந்தது.

இரண்டாவது தடவை சாவியைச் செலுத்தினபோது சோமு அந்த டார்ச் ஒளியை ஒரு கணம் பார்த்தான்.

உடனே அவன் அங்கங்கள் சகலத்திலும் எச்சரிக்கை பாய, அப்படியே தன் விளக்கை அணைத்து மௌனமாக மூச்சை அடக்கிச் சலனமற்று நின்று போனான். மெலிதான பூட்ஸ் ஒலி கேட்டது... வீட்டை யாரோ சுற்றி வருகிறார்கள். அந்த டார்ச் ஒளி ஜன்னல் திரைகளின் ஊடே சில இடங்களில் தத்தளித்தது. தன் சாதனங்கள் அனைத்தையும் கட்டிலுக்குக் கீழே தள்ளினான்.

திரை சற்றே விலகியிருந்த இடத்தில் கண்ணாடி ஜன்னல் வழியாக அந்த ஒளிவட்டம் உள்ளே எட்டிப் பார்த்து அந்த அறையில் மிக மெதுவாக நடந்தது. ரேடியோவின் மேல், சுவரில் உள்ள காலண்டர் மேல், கட்டில் மேல்...

'ம்ஹூம்! ஒருத்தரும் இல்லை.'

மறுபடி அவர்கள் சுற்றி வந்தார்கள். சோமு சரேலென்று வெளிப் பட்டு எதிரே ஓடி அந்தச் சுவருடன் பதிந்து நின்றுகொண்டான். திரையை மிக மெலிதாக விலக்கிப் பார்த்தான். மாடிப்பக்கம் டார்ச் அடித்துப் பார்த்துக்கொண்டிருந்த வெளிச்சத்தில் இன்ஸ் பெக்டரும் கான்ஸ்டபிள்கள் இருவரும் தெரிந்தனர்.

'மொட்டை மாடி சார்.'

சோமு யோசித்தான். அங்கிருந்து அந்த ஜன்னல் தெரியாது.

'மாடில வேணும்னா ஏறிப் பார்த்துடலாமா சார்?'

இன்ஸ்பெக்டர் யோசித்தார். 'ம்ஹூம்! வேண்டாம், வா, உள்ளே ஒருத்தரும் இல்லை...'

அவர்கள் மெதுவாக மர கேட்டைத் தள்ளிக்கொண்டு ஜீப்பை நோக்கி நடந்தார்கள்.

சோமு இப்போது திரையை இன்னும் கொஞ்சம் விலக்கி நன்றாகப் பார்த்தான். தெரு விளக்கின் ஒளி முடிந்து இருட்டுடன் கலக்க, யோசித்துக்கொண்டிருந்த அரை வெளிச்சத்தில் ஜீப் நின்றுகொண்டிருந்தது. ஜீப்பின் உள்ளே இருப்பவர் யாருடனோ இன்ஸ்பெக்டர் வீட்டைக் காட்டிப் பேசிக் கொண்டிருந்தது தெரிந்தது. கேட்கவில்லை. சோமு மெலிதாக ஜன்னல் கதவைத் திறந்தான். கவனித்தான்.

'இந்த வீடுதான் சார்!' பேச்சு மெலியதாகக் கேட்டது.

'ஒண்ணும் இல்லய்யா உள்ளே! எல்லாம் கொயட்டா இருக்குது.'

'இனிமே தான் வருவானோ என்னவோ! நிச்சயம் இன்னிக்கு ராத்திரி வரப்போறேன்னு சொன்னான் சார்! கொஞ்சம் காத் திருந்தா வருவான்!'

'அடப் போய்யா! ஜீப் நிக்கறதைப் பார்த்துட்டு திருட வருவாங் கறியா? உனக்கு ஏதோ தப்பா தகவல் கிடைச்சிருக்கு.'

'இல்லை சார்!'

'வாய்யா போகலாம், ஒரு மணி கழிச்சு வேணா கான்ஸ்டபிளை அனுப்பறேன்! வெட்டி!'

ஜீப் சீறிப் புறப்பட்டதைச் சோமு பார்த்துக்கொண்டிருந்தான். சந்தேகமேயில்லை. ஜகனின் குரல்தான்!

திருட்டை மேலே தொடராமல் தன் சாதனங்கள் அனைத்தையும் அள்ளிக்கொண்டு மாடிக்கு வந்து ஜன்னல் வழியாகவே வெளி வந்து நிதானமாக இறங்கி வீடு திரும்பினான் சோமு.

ஜகன் இந்த மாதிரி செய்திருக்கிறான்! எதற்காக என்று புரிய வில்லை. தன்னை மாட்டி வைப்பதில் அவனுக்கு என்ன லாபம்? புரியவில்லை. இரவின் மௌனத்தில் நடக்கும்போது அவனுக்கு தெளிவாகக் கொஞ்சம் சிந்திக்க முடிந்தது. இனி ஒரு தடவை இந்த வேலைக்கு ஒப்புக்கொள்ளக்கூடாது. தேவராஜன் பணத்தை எப்படியாவது திருப்பிக் கொடுத்துவிடவேண்டும். ஜகனை விசாரிக்கவேண்டும். முதலில் ஒண்ணும் தெரியாதது போல் ஆரம்பிக்கலாம்! நேராகப் போய் அவனைச் சிண்டைப் பிடித்து இழுத்துச் சண்டை பிடிப்பதில் உண்மை வெளிவராது. ஜகன் ஏன் அப்படிச் செய்தான் என்பது தெரியவில்லை.

கதவைத் திறந்த மீனா, 'எங்க ஊரெல்லாம் சுத்திட்டுப் பொழுதோட வந்துட்டீங்க. மணி மூணு!' என்றாள் தூக்கத்துடன்.

'மீனா வந்து உக்காரு! நான் ஒண்ணையும் மறைச்சு வெக்க விரும்பலை'

'காலைல பேசலாமே!'

'உக்கார்றீன்னா' அவள் கண்களில் பயம் தெரிந்தது.

‘மீனா! நான் இப்ப எங்கே போயிருந்தேன் தெரியுமா, திருட! நான் சொல்றதை முழுக்கக் கேளு! எனக்கு என்னவோ புத்தி பேதலிச்சு கிடக்குது. ஒண்ணும் புரியமாட்டேங்குது... எதுக்காக ஒத்துக் கிட்டேன்னு எனக்குச் சரியா காரணம் சொல்லிக்கத் தெரியலே. ‘திருடுறா, பணம் கொடுக்கறேன்’னான் தேவராஜன்னு ஒருத்தன். பணத்தை விட்டெறிஞ்சான். அந்த பணத்தாலே நான் கடை வெச்சு சொந்தமா சம்பாதிச்சு உன்னை எல்லாம் காப்பாத்தறதுக்கு ஒரு வழி தெரிஞ்சுது. அதுக்காகத் திருடப் போனதைச் சரியான காரியம்னு நான் சொல்ல வரலை! ஏதோ போனேன். திருடலை. மாட்டிக்க இருந்தேன்! தப்பிச்சுக்கிட்டு வந்துட்டேன்! இனிமே அந்த மாதிரி அசட்டுக் காரியம் செய்யறதா உத்தேசமில்லை. ஆனா, அந்தப் பயகிட்ட பணம் வாங்கிட்டேன். பணத்தைப் பாதிக்கு மேல் செலவழிச்சும் ஆய்டுச்சி! அதை அவன் திருப்பிக் கேப்பான். ஆனா திருடாம இருக்கிறதிலே, நியாயமா ஒரு தொழில் செய்யறதிலேதான் எதிர்காலம் இருக்குன்னு தீர்மானமாத் தெரியுது... உன்கிட்ட ஏதாவது பணம் இருக்கா! நகை கிகை?’

‘பணமா! நகையா?’ சிரித்தாள்.

‘சாமி ஏதாவது நமக்கு வழிகாட்டும்னு தோணுது... தெரிஞ்சவங்க யாராவது கடன் கொடுப்பாங்களா?’

‘எவ்வளவு?’

‘நாலாயிரம் ரூபா.’

மறுபடி சிரித்தாள். ‘என்கிட்ட இதையெல்லாம் எதுக்குச் சொல்றீங்க? உங்களுக்கு நான் புத்தி சொல்லி திருத்த முடியுமா? திருடப் போனேங்கறீங்க, சொல்லிக்கிட்டா போனீங்க? ஞானோதயம் வந்திருச்சுங்கறீங்க! எவ்வளவு நாளைக்குத் தாங்குது பார்க்கலாம், தூங்குங்க.’

‘மீனா, நீ என் மனைவி, உனக்கும் எனக்கும் இடையில் எதுவும் மறைக்கக் கூடாது. அதான் நான் உன்கிட்டே எல்லாத்தையும் சொல்றேன்... என்னோட நீ ஒத்துழைக்கணும். என் மனசு படற பாட்டைப் புரிஞ்சுக்கணும்...’

‘சரி, தூங்குங்க!’

இவள் ஏன் இவ்வளவு விட்டேத்தியாக இருக்கிறாள் என்பதைப் புரியாத விஷயங்களின் பட்டியலில் மற்றொன்றாகச் சேர்த்துக் கொண்டான் சோமு.

'வாய்யா சோமு! கொண்டு வந்தியா?' தேவராஜன் கண்களில் உண்மையான ஆவலும் எதிர்பார்ப்பும் இருந்தது. ராஜனுக்குத் தெரிந்திருக்காது.

'இல்லை, தேவா!'

'இல்லையா? அப்ப இன்னும் போகலியா... நேத்து ராத்திரி போகப் போறதா ஜெகன் சொன்னான்!'

'போனேன் தேவா, முடியலை.'

'முடியலியா? உன்னாலயா? இரும்புப் பெட்டி இருந்துச்சு இல்லே?'

'இருந்துச்சு! தேவா, நான் இனிமே திருடப் போறதில்லை.'

'சந்தோசம்! ஒரே தடவைக்கு மட்டும் ஒத்துக்கிட்டியா, இல்லையா?'

'அந்த ஒரு தடவைகூட, செய்யப் போறதில்லே.'

'நீ அங்கே போகவே இல்லியா?'

'போனேன், முடியலை.'

'பொய் சொல்ற பாத்தியா! பணத்தை வாங்கிக்கிட்டு பொய் சொல்றே பாத்தியா?'

'இல்லை தேவா. பணத்தைத் திரும்பக் குடுத்துடறேன்'

'அப்ப குடு' என்று கையை நீட்டினான்.

'இப்ப இல்லை. செலவழிச்சுட்டேன்.'

தேவராஜன் விழிகள் சினத்தால் பெரிதாயின.

'ஏண்டா பரதப் பயலே, என்னை ஏமாத்தறியா?'

‘இல்லை தேவா, ஏமாத்தலே. நான் இந்தக் காரியம் செய்யற தாகத்தான் இருந்தேன். அதுக்காகத்தான் பணம் வாங்கிட்டேன். செலவழிக்கறபோதுகூட உங்களுக்கு இந்த வேலை செய்து குடுக்கறதாகத்தான் இருந்தேன். இப்ப மனசு மாறிடுச்சு. ஒரு மாதம் பொறுத்துக்கங்க. தலையை அடகு வெச்சாவது திருப்பிக் குடுத்துடறேன்!’

‘இதுப் பாரு ! நீ பணத்தைத் திருப்பிக் குடுக்காத இந்த இடத்தை விட்டுப் போக முடியாது... என்னடா, என்னைப் பத்தித் தெரியாதா சோமு உனக்கு?’

‘தெரியாத்தனமா வாங்கிட்டேன், செலவழிச்சுட்டேன், ஒரு மாதத்திலே குடுத்துடறேன்.’

‘ரெண்டு நாள்! இன்னும் ரெண்டு நாள் தரேன் உனக்கு. அந்தக் காகிதம் எனக்கு வந்தாகணும். இல்லே, அந்தப் பணம் வந்தாகணும்.’

‘ரெண்டுமே முடியாது தேவா!’ என்றான் சாவதானமாக.

‘என்னை எதுத்துக்கிட்டு இந்த மெட்ராஸ்ல ரோடுல நடக்க முடியாது உன்னால...’

‘சந்தில நடந்துட்டுப் போறேன்.’

‘என்னடா ஆய்டுச்சு உனக்கு? அடிபட்டுச் செத்துக் கூவம் ஆத்திலே மெதக்கணும்கறியா?’

‘அதெல்லாம் எதுக்காக? உங்க ஆளுங்களுக்கு அனாவசியமா தொந்தரவு? ஒரு மாசம் டயம் குடுங்க. ரூபாயை எப்படியாவது திருப்பிடறேன். வரட்டுமா?’

‘போய்டுவியாடா, நீ அவ்வளவு சுலபமா? யார்றா அவன் கண்ணன்! ஜகன்!’

தடிமனாக ஓர் ஆசாமி வந்தான். ‘ஜகன் கடைக்குப் போயி ருக்காரு. வந்துருவாரு’ என்றான்.

‘அய்யா பணம் குடுக்காம ஏமாத்திட்டுப் போறாம்னாடா! அய்யாவ என்ன செய்யலாம்?’ என்றான் தேவராஜன்.

ஓடப் பார்த்த சோமுவை அந்தக் கரிகண்ணன் தடுத்து மூர்க்கத்தனமாகத் தள்ளினான். விழுந்த ஆத்திரத்தில் எழுந்து அவன் வயிற்றில் குத்தினான். அவன் அதனால் அதிகம் பாதிக்கப் பட்டவனாகத் தெரியவில்லை. சிரித்துக்கொண்டு அவனை எடுத்து உதறி, 'எங்கேடா போய்டுவே' என்று சோமுவின் தாடையில் அடித்து அவனைக் கத்திரிக்கோல் பிடியில் சிறைப்படுத்தி, தேவராஜனைப் பார்த்து, 'என்ன செய்யணும் சொல்லுங்க?' என்றான்.

தேவராஜன் சோமுவின் அருகில் வந்து 'என்னடா... செய்யு றியா? ஒழுங்கா நம்ம வேலையை முடிச்சுக் கொடுக்கறியா?' என்றான்.

'முடியாது' என்ற உடனே அவனுக்கு அடி விழுந்தது. மூக்கில் ரத்தம் பீறிட்டுச் சட்டையெல்லாம் வழிந்தது. தேவராஜன் அடிக்க, அவன் 'முடியாது, முடியாது' என்று கடைசி மயக்க நிலைவரை சொல்லிக்கொண்டே இருந்தான். அவன் முகத்தில் தண்ணீர் கொட்டி எழுப்பி, 'இப்ப சொல்லு, இப்ப சொல்லு' என்றான் கண்ணன். அவன் கட்டை விரலைத் திருப்பி மடக்கி மணிக்கட்டைத் தொட வைத்தான். அதன் வலியின் அதீதத்தைக் கவனிக்க முடியாமல் மற்ற இடங்கள் வலித்தன.

'செய்யறேன்! செய்யறேன்! ரெண்டு நாள் டயம் குடுங்க! செய்யறேன்!'

'அடுத்த தடவை சாவடிச்சுடுவேன். கழுத்தைப் பிடிச்சுத் தள்ளுடா சீமானை!'

வெளியே வந்து ஆட்டோ ரிக்ஷா பிடித்து ராயப்பேட்டை ஆஸ்பத்திரிக்குப் போய் கட்டு போட்டுக்கொண்டு உதட்டில் வீக்கங்களில் ஒத்தடம் பெற்றுக்கொண்டு நொண்டி நடந்து காஷுவாலிட்டியை விட்டு வெளிவந்து உடம்பு முழுவதும் மூட்டுக்கு மூட்டு வலிக்க, வீட்டுக்குச் சென்றபோது மீனா இல்லை. பூட்டியிருந்தது. தன்னிடமிருந்த சாவியால் திறந்தான். உள்ளே சென்று படுத்தான். ஆத்திரம் உடம்பெல்லாம் எரிந்தது! அச்சம்... பழிவாங்கும் அவசரம்... பத்திரம்... எத்தனை வினோத உணர்ச்சிகள். தேவராஜன் பணம் எவ்வளவு பாக்கியிருக்கும்? ஆயிரத்துக்கு மேலே இருக்கும்... முதலில் அதை எண்ணலாம்.

எவ்வளவு பணம் புரட்டவேண்டியிருக்கும் என்று தெரிய வரும். மீனா பெட்டிக்குள் வைத்திருக்கிறாள். அது எவ்வளவு என்று பார்க்கலாம். பெட்டி பூட்டியிருந்தது, சாவி இல்லை. தன்னிட மிருந்த பழைய திறமையால் அதைச் சுலபமாகத் திறந்தான். திடுக்கிட்டான்.

பெட்டியின் மேலாக அவன் கொடுத்த பாக்கிப் பணம் அப்படியே இருந்தது. உடன் நிறைய சாமான்கள் இருந்தன.

விலை உயர்ந்த புடைவைகளை ஒவ்வொன்றாக எடுத்துப் பார்த்தான். ஒரு சிறிய அட்டைப் பெட்டி இருந்தது. அதைத் திறந்ததில் தங்க நகைகள் தெரிந்தன. நாலைந்து சவரனுக்கு ஒரு சங்கிலி. காதுக்கு இரண்டு தங்க புஷ்பங்கள், இரண்டு ஜோடி வளையல்கள் மற்றும் சில்லுண்டி சாமான்கள் நிறைய இருந்தன. வெயில் கண்ணாடி, சென்ட் பாட்டில்கள், என்னென்னவோ பவுடர்கள், சாயங்கள், காஸ்மெட்டிக் சாதனங்கள்.

பட்டை பட்டையாக மாத்திரைகள்.

தன்னைச் சுற்றிலும் பரவி இருந்த அந்த வண்ணக் களஞ்சியத்தின் மத்தியில் சோமு அதன் அர்த்தத்தை நினைத்துப் பார்க்க அஞ்சி தலையைப் பிடித்துக் கொண்டு உட்கார்ந்தான். உடம்பு வலி மறந்தே போய்விட்டது. அதற்குப் பதிலாக உடம்பு பூரா ஓர் உஷ்ணம் ஏறிக்கொண்டது.

'உங்கிட்ட ஏதாவது இருக்குமா மீனா. பணம் நகை?'

'பணமா, நகையா?' என்று அவள் சிரித்தது அவன் உள்ளே எதிரொலித்தது. வாசலில் ஆரவாரம் கேட்டது. செருப்பை உதறிவிட்டுக் கதவை மூடிவிட்டுத் திரும்பியவள் சோமுவையும் சுற்றிலும் பரவி இருந்தவற்றையும் பார்த்துத் திடுக்கிட்டு நின்று போனாள்.

'பெட்டியைத் திறந்தீங்களா?'

'என் பணத்தை எடுத்துக்க' என்றான்.

'சாவி வெச்சிருந்தீங்களா?'

'வேறு சாவி போட்டு திறந்தேன்.'

'எதுக்குத் திறந்தீங்க?' என்றாள் கோபத்துடன். கூடவே கண்களில் பயமும் இருந்தது.

'பயப்படாதே மீனா, அடிக்கமாட்டேன்.'

மீனா மௌனமாக உள்ளே நடந்தாள். பானை நீர் சரித்துக் குடித்தாள். உட்கார்ந்தாள். சோமு தன் மனைவியைப் பார்த்தான். அடர்த்தியான கூந்தலும், புருவமும், உதட்டின் மேல் வியர்வையும், காதில் தொங்கலும் சின்னப் பொட்டும் அழகாகத்தான் இருந்தாள்.

'எங்கே குழந்தை?'

'அய்யர் வீட்டிலே விளையாடிக்கிட்டிருக்கான்.'

'எங்கே போயிருந்தே?'

'வெளியிலே...'

'இதுக்கெல்லாம் என்ன அர்த்தம்னு கேக்கலாமா மீனா?'

தன்னைச் சுற்றிலும் இருந்த புடைவைகளில் ஒன்றை எடுத்தான். 'நூறு நூத்தம்பதாவது இருக்கும் இல்லே? இந்த மாதிரி ஒண்ணாவது உனக்கு என்னிக்காவது ஒரு நாள் வாங்கிக் கொடுக்கமுடியும்னு கனா கண்டுக்கிட்டிருந்தேன், தேவையில்லே. நிறைய வெச்சிருக்கே! நகை இருக்குது. தங்கம்! நிஜத் தங்கம். எல்லாம் சேர்த்து நாலாயிர ரூபாய்க்கு மேலே பெறும். மீனா, இதெல்லாம் போட்டுக்கிட்டு எனக்கு கொஞ்சம் காமியேன்!'

அவள் மௌனமாகத் தரை நோக்கி உட்கார்ந்தாள். 'சொல்லு மீனா! இதெல்லாம் எப்படிக் கிடைச்சது? சொல்லிடு. ஏதாவது பொய் சொன்னாக்கூடப் பரவாயில்லை. சாமி கூரையைப் பிச்சுக்கிட்டுக் கொடுத்ததா? சொல்லு!'

'இதெல்லாம் ஜகன் கொடுத்தது' என்றாள் தலை நிமிராமல்.

'ஜகன்...'

'வணக்கம் தங்கச்சி! என்னை ஞாபகம் இருக்கா?'

'மீனா இதுதான் ஜகன், நான் சொன்னேனே'

'தங்கச்சி ரொம்பக் கஷ்டப்பட்டிருக்கும் இல்லே?'

'ஜகன் இதையெல்லாம் சும்மா கொடுத்தானா மீனா!'

'இல்லே...'

'நீ அவனுக்கு என்ன கொடுத்தே?'

'அதையும் சொல்லணுமா?'

தன்னுள் புறப்பட்ட அத்தனை ஆத்திரத்துக்கும் அவசரமாக வடிகால் தேவையாக இருந்தது. இரண்டு கைகளையும் சேர்த்து வைத்துக்கொண்டு தரையில் ஓங்கிக் குத்தினான். பட்ட இடத்தில் ரத்தம் நின்றுபோய் வெளுப்பாகி விட்டது.

'மீனா! உன்னைப் பத்திப் பெருமைப்பட்டுக்கிட்டிருந்தேன். உன்னை அடைஞ்சது என் வாழ்க்கைல ஏற்பட்ட ஒரே ஒரு அதிர்ஷ்டம்னு நினைச்சிட்டிருந்தேன். உன்னை சரியா வெச்சுக்கத்தான் நான் எல்லாப் பாடும் படணும்னு, என் அலைச்சலுக்கு எல்லாம், என் பாட்டுக்கு எல்லாம் காரணமா நீதான் இருந்தே! நான் இல்லாதபோது கஷ்டப்பட்டு வீடு வீடா அலைஞ்சி சோப்பு வித்துச் சம்பாதிச்சேன்னுதான் நான் நினைச்சிக்கிட்டிருந்தேன்! நீ வித்தது சோப்பு இல்லையா மீனா?'

மீனா அழ ஆரம்பித்தாள். அவள் கண்ணீர் பவுடரைக் கரைக்க, மூக்கிலிருந்து ஜலம் ஒழுக, நெற்றி சுருங்க, தலை கலைய... அவள் அப்போது அழகாக இல்லை.

'நான் என்ன செய்வேன்? நடுத்தெருவிலே விட்டுட்டு ஜெயிலுக்குப் போயிட்டீங்க! அண்ணி சொன்ன சொல்லைத்

தாங்காமே முதல்லே சோப்புத்தூள் வித்தேன். தினம் அஞ்சு ரூபா கிடைச்சது. ஒரு மாசம், ரெண்டு மாசம் விக்கலாம். போன வீட்டுக்கே போறதும், அவுங்க துரத்தித் துரத்தி அடிக்கறதும், நாய் குரைக்கிறதும், வேலைக்காரங்க சிரிக்கறதும், ஏஜென்சிக் காரன் கையைப் பிடிக்கிறதும்... என்னாலே தாங்கிக்க முடியலே. அப்ப ஜகன் வந்தாரு. இந்த வீட்டைப் புடிச்சுக் கொடுத்தாரு. செலவுக்குப் பணம் வைச்சுக்கோன்னாரு. வாங்கமாட்டேன்னு தான் சொன்னேன். கடனா வெச்சுக்கன்னாரு. கடனை எப்படித் திருப்பிக் கொடுக்கப் போறேன்னு அப்ப யோசிக்கல... வாங்கிக்கிட்டேன். அடிக்கடி வருவாரு. சீலை நகை ஏதாவது வாங்கிட்டு வருவாரு. எல்லாம் எதுக்காகன்னு புரிஞ்சபோது நிறைய வாங்கிட்டேன். பேசினாரு, பழகினாரு, அழைச்சிக் கிட்டுப் போனாரு...'

'நீ சம்மதிச்சுத்தான் அவன்கூடப் போனியா மீனா?' பதில் இல்லை. விசும்பினாள். திடீர் என்று நிமிர்ந்தாள்.

'என்ன தகுதி இருக்கு உங்களுக்கு, இதையெல்லாம் கேக்க?'

'ஏன் மீனா? நான் உன் புருசன் இல்லியா?'

'புருசன்! எல்லோரையும் போல புருசனா நீங்க? கல்யாணம் ஆன அன்னிக்கே விட்டுட்டுச் சீட்டாடக் கிளம்பிட்டீங்க. உங்க தொழில் என்னன்னு கேட்டா, எங்க வீட்டிலே பொய் சொன்னீங்க. ஃபாக்டரி வெச்சிருக்கீங்களாம்! என்ன ஃபாக்டரி? ஒரு இடத்துக்கு என்னை அழைச்சிட்டுப் போனீங்களா? இருட்டிலே குடிச்சுட்டு வந்து என்மேலே பாஞ்சீங்க. முத வாரமே கர்ப்பமாக்கினீங்க. மூணு மாசத்திலே உதைச்சீங்க. திரும்பிக் கூடப் பார்க்காமே பதினைஞ்சு நாள் காணாமப் போனீங்க. பிள்ளையைப் பெத்ததும் அதைத் தொட்டுப் பாத்தீங்களா? அதுக்கு வளைகாப்பு போடற போது எங்கே போனீங்க? அது ராத்திரிலே அழறபோது அடிச்சுத் தூக்கி விட்டெறிஞ்சீங்க... கைல புள்ளையைக் கொடுத்திட்டு, அடுத்த வேளை சோத்துக்கு வழியில்லாம தவிக்க விட்டுட்டு, ஜெயிலுக்குப் போயிட்டீங்க! உங்களுக்காக ஒருத்தி விசுவாசமா காத்துக்கிட்டிருந்து, பொறுத்திருந்து திரும்பி வந்ததும் கால் அலம் பணுங்கறீங்களா? என்னைத் தட்டிக் கேக்கறதுக்கு உங்களுக்கு என்ன அருகதை இருக்கு? எந்த மூஞ்சியை வெச்சுக்கிட்டு கேக்கறீங்க? எல்லாரையும் போல எனக்கு ஒரு புருசன் கிடைச் சிருந்தா நான் ஏன் போறேன்? சொல்லுங்க... சொல்லுங்க!'

அவன் எழுந்தான்.

'நான் செஞ்சது தப்புத்தான்' என்றாள். 'அதுக்காக நீங்க என்னை அடியுங்க, பரவாயில்லை, சாவறேன், என்னை அடிச்சுக் கொல்லுங்க! வாங்க.'

சோமு பேசாமல் நடந்தான். அவள் விசித்து விசித்து அழும் சப்தத்திலிருந்து விடுபட்டு, தமிழரசி பிரமித்து நிற்பதைக் கவனிக்காமல் வெளிவந்து வெறுங்காலில் நடந்தான்.

'அக்கா! நான் ராத்திரி படுக்க வரவேண்டாமா?'

பின்னிரவில் கேட்ட ஹாரன் சத்தம்!

'உங்க மனைவியை நான் பார்த்திருக்கேன்!'

'இந்த ஹோட்டல் வேண்டாம்!'

'பணம் சம்பாதிக்கறது அவ்வளவு சுலபமில்லை.'

அவன் நடையில் இலக்கு எதுவும் இல்லாமல் இருந்தது. யாரும் எதுவும் அவனைச் செலுத்தவில்லை. தன்னிச்சையிலும் அவன் செல்லவில்லை. ஏதோ நடந்தான். ஏதோ திரும்பினான். ஸ்கூட்டர்கள் அவனை அதட்டின. காரின் ஹாரன்கள் அவனைத் துரத்தின. தன் கடைக்கு வந்துவிட்டதை உணர்ந்தான். கடையில் மரச்சட்டங்கள் அமைத்து ஒரு தச்சன் இழைத்துக் கொண்டிருந்தான். அருகே ஒருவன் அதை மேற்பார்வை பார்த்துக்கொண்டிருந்தான்.

'யாருப்பா நீ, ரொம்ப நேரமா பார்த்துக்கிட்டிருக்கியே...'

'இந்தக் கடை என்னது' என்றான் சோமு.

'யார் சொன்னா? அட்வான்ஸ் கொடுத்து செட்டில் பண்ணியிருக்கேன்!'

'நான் கூடப் பணம் கொடுத்திருக்கேன்.'

'அடப் பாவி! கூப்பிடுய்யா அந்த ஜூஸ்காரனை! இன்னும் எத்தனை பேர்கிட்ட வாங்கியிருக்கான் பார்க்கலாம்!'

பழரசக்கடைத் திராவிடன் சோமுவைப் பார்த்ததும், 'வாங்க தம்பி, உங்களைத்தான் ரெண்டு நாளா தேடிக்கிட்டிருக்கேன்.' என்றான். சோமு எங்கோ பார்த்துக்கொண்டிருந்தான்.

‘உங்ககிட்டே கொஞ்சம் அவசரப்பட்டு முன் பணம் வாங்கிட்டேன். எங்க அண்ணாரு முன்னாலேயே அட்வான்ஸ் வாங்கிட்டாரு. எனக்கு நெருக்கடியாப் போச்சு. புடிபுடின்னு புடிச்சு விட்டுட்டேன் அவரை! என்ன நியாயம் அது? அந்த மனுசன் வந்தா எந்த மூஞ்சிலே பதில் சொல்வேன்? நீங்க நல்லவரு? புரிஞ்சிப்பீங்க! என்கூட கடைக்கு வந்தீங்கன்னா உங்க பணத்தைத் திருப்பிக் கொடுத்துடறேன்! நூறு ரூபாதான் குறையுது. அஞ்சாம் தேதிக்கு வந்தீங்கன்னா, அதையும் குடுத்திடறேன்’

அவன் பிரமித்து நடக்க, ‘தம்பி! நீங்க நல்லவரு. எனக்கு முகத்தைப் பார்த்த உடனே தெரிஞ்சுடுச்சு! ஜெயிலுக்குப் போனா என்ன? எப்பவுமே அவங்க கெட்டவங்களா ஆயிடுவாங்களா?’

‘உங்களுக்கு நான் ஜெயிலுக்குப் போனது எப்படித் தெரியும்?’

‘ஒருத்தர் வந்து சொன்னாரு. நான் நம்பலை. ஒரு தடிச்ச ஆளு படியப் படிய கிராப் வெச்சுக்கிட்டு இருந்தாரு. அவர் வந்து இந்த மாதிரின்னு சொன்னாரு. நான் நம்பலை. உங்களைப் பார்த்தா அப்படிச் சொல்ல முடியலை...’

ஜகன்!

பை நிறைய பழைய நோட்டும் புது நோட்டுமாகக் கத்தையாகப் பணத்துடன் மெதுவாக நடந்தான். உற்சாகமான மாலை, கடைக்குள் ஒரு கணவனும் மனைவியும் ஆர்வத்துடன் பார்த்துக் கொண்டிருக்க, ஒரு குழந்தை மூன்று சக்கர சைக்கிளை முதல் தடவையாக ஓட்டிக்கொண்டிருந்தது.

மூலையில் இருந்த பள்ளிக்கூட வாசலில் ஷாமியானா போட்டு ‘ஞானஸ்தவம்’ என்று எழுதியிருந்து. உள்ளே போய் உட்கார்ந்தான். ‘கலக் கலக்’ என்று உண்டியல் குலுக்கினார்கள். தூரத்தில் சுவாமி தெரிந்தார். காவி நிற சில்க்கில் போர்த்தியிருந்தார். கைக்கடிகாரத்தை அடிக்கடி பார்த்துக் கொண்டார். குழல் விளக்குகளின் வெளிச்சத்தில் நிரம்பியிருந்த ஜனங்களில் பலர் புத்தகம் வைத்துக்கொண்டிருந்தார்கள். சுவாமி படிக்கப் படிக்க, அவர்கள் ஒரே குரலில் திருப்பிச் சொல்லிக் கொண்டிருந்தார்கள்.

நத்வே தாஹம் ஜாது நாஸம்நத்வம் நேமே ஜனாதிபாஹ
ந சௌவ ந பவிஷ்யா மஹஸர்வ வயம் தஹ பரம்

சோமு இயந்திரம்போல் அவர்களுடன் சேர்ந்து புரியாத அந்த சம்ஸ்கிருத வார்த்தைகளை உச்சரித்தான்.

'நான் இதுவரை இல்லை என்பது கிடையாது. நீயும் இதுவரை இல்லை என்பது கிடையாது. இதோ நிற்கும் அரசர்களும் இதுவரை இல்லை என்பது கிடையாது. நாம் இனிமேல் இருப்பதில்லை என்பதும் இல்லை.'

'சுவாமியைத் தனியாகப் பார்க்கணும்.'

'நீங்க யாரு?'

'காணிக்கை தர வந்திருக்கிறேன்' என்றான் சோமு.

'அவர் இப்போ மயிலாப்பூர் போயிண்டிருக்கார். சீக்கிரம் பார்த்துட்டு வந்துடுங்கோ.'

கிட்டத்தட்ட அவரை நெருங்க, சுவாமி தேஜஸ்வியாகத்தான் இருந்தார். தட்டில் வைக்கப்பட்டிருந்த ஆப்பிள் பழங்களைப் போல் இருந்தது அவர் கன்னமும் உதடுகளும். கன்னங்கரேல் என்று முடி. காவி வஸ்திரம் பளபளத்தது.

'சாமி, நான் ஒண்ணும் தெரியாதவன். நீங்க பிரசங்கத்திலே சொன்னது எனக்குப் புரியலை. ஆனா உங்ககிட்ட கேட்டா எனக்கு நிம்மதி கிடைக்கும்... எனக்கு ஒரு வழி கிடைக்கும்னு தோணிச்சு சாமி! நான் குற்றம் பண்ணவன், திருடினவன், ஜெயிலுக்குப் போனவன், பெண்டாட்டியை நம்பினவன், நண்பனை நம்பினவன், கடைக்காரனை நம்பினவன்... எல்லாத்திலேயும் மோசம் போயிட்டேன் சாமி. நான் என்ன செய்யறதுன்னே தெரியலை சாமி!' அவன் உடைந்து கண்ணீர் விட்டான். பேசிக்கொண்டே இருந்தான். சுவாமி தன் கைக் கடிகாரத்தைப் பார்த்தார்.

'உனக்கு உள்ள உபாதை எல்லோருக்கும் உண்டு. அதற்கு ஆதாரமான காரணம் பாசம். பாசத்தை அறு! அவள் யாரோ! அவன் யாரோ! நீ யாரோ! உனக்கு கீதை புரியாது. தமிழிலே சொல்றேன்...'

'ஊரும் சதமல்ல! உற்றார் சதமல்ல! பெற்ற பிள்ளைகளும் சீரும் சதமல்ல! செல்வம் சதமல்ல! தேசத்தில் யாரும் சதமல்ல! நின் தாள் சதம்!'

'சுவாமி, கார் வந்திருக்கு' என்று ஒரு சிஷ்யன் காதோடு சொன்னான். 'கிருஷ்ணா, கிருஷ்ணா,' என்று சொல்லிட்டு அவர் நேராகச் சென்று ஏறிக்கொள்ளுமுன்.... 'அடுத்த சனிக்கிழமை அங்கே வா' என்று சொன்னார்.

'கட்டாயம் வரேன் சாமி. அப்புறம் உங்களோடயே வந்துடறேன்.'

அரை நிமிஷம் அவன் கவலைகள் சகலமும் விலகிவிட்டதாகத் தோன்றியது சோமுவுக்கு. கையில் தேங்காய் மூடி, ஆப்பிள் துண்டுடன் மெதுவாக வெளியில் நடந்தான்.

'என்ன வாத்தியாரே?'

நிமிர்ந்தான். ஜகன்!

'ஞானமெல்லாம் தேடறாப்பலே இருக்கு! எங்கெல்லாம் போறடா நீ!'

சோமு அவனை நேராகப் பார்த்தான்.

'ஒண்ணுமில்லே, சும்மா வந்தேன்.'

'வாயேன் நம்ம வூட்டுக்கு! கொஞ்ச நேரம் பேசிக்கிட் டிருக்கலாம்.'

ஆயிரம் விளக்கில் சந்து திரும்பி, மற்றொரு சந்து திரும்பி, தனியாக அந்த வீட்டுக்குள் சென்றார்கள்! ஜகன் கதவைத் திறந்தான்.

'உள்ளே வா சோமு. என்ன அப்புறம் உன்னைக் காணோம்? சேதி என்ன சொல்லு! தங்கச்சி சௌக்கியமா? மகன் நல்லா இருக்கானா? ஆமா, நீ ஏன் அன்னிக்குப் போவலே?'

'இல்லை ஜகன், நீ அன்னிக்கு ஜீப்பிலே வந்திருந்ததைப் பார்த்தேன்.'

'பேத்தாதே.'

'நீ எதுக்கு போலீஸுக்கு சொன்னேங்கிறது எனக்குத் தெரிஞ்சு போச்சு! அப்பத்தான் நான் ஜெயிலுக்குப் போயி, மறுபடி நீ என் பெண்டாட்டியைக் காப்பாத்தலாம் பாரு. ஜகன் எங்கே ஓடறே!

கதவு சாத்தியிருக்கு! போன மூணு வருசமா அவளைக் காப் பாத்தினதுக்கு நன்றி சொல்லவேண்டாமா? அதுக்குத்தாண்டா வந்திருக்கேன்! அதுக்குள்ளே ஓடாதடா!'

ஜகன் கதவின் மேல் பாய, சோமு முழங்காலால் அடித்த அடி அவன் முக்கியத்தில் பட்டு அப்படியே சுருண்டு மடங்கி அவன் காலடியில் விழுந்தான். சாமி சொன்ன உபதேசங்களை நினைத்துக்கொண்டு மற்றோர் அடி அடிக்க, அது அவன் முகத்தில் குறுக்கே மூர்க்கத்தனமாகப் பட, ஜகனின் ரத்தம் சுவரில் சிதறியது.

'டேய்.... வாங்கடா.... யாராவது வாங்கடா!'

சோமு, ஜகன் மார்பில் உட்கார்ந்துகொண்டு அவன் இரண்டு கைகளையும் சிறைப்படுத்தி, முழங்காலால் அவன் தொண்டைப் பிரதேசத்தில் அழுத்த, அவன் சுவாசம் காற்றுக்குத் திண்டாடியது. சோமுவின் உள்ளே ஏதோ அறுத்தது.

சோமுவின் எல்லா அங்கங்களிலும் அந்தத் தாகம் பரவியது. அந்த இச்சை, அந்தச் சந்தோஷம், அந்தக் குரூரத்தின் உச்சக்கட்டம், அந்த வேட்கை...

ஜகனின் கண்களில் கடைசியாக ஒட்டிக்கொண்டிருந்த மிச்ச உயிர் அவனைக் கெஞ்சியது! 'என்னை விட்டுடு, என்னை விட்டுடு.'

தன் இரண்டு விரல்களையும் அதில் பாய்ச்சினான். ஜகன் இறந்து சற்று நேரம் கழித்துத்தான் சோமு எழுந்தான்.

கதவு தட்டப்படும் சத்தம் கேட்டு மெதுவாகச் சென்று திறந்தான். ஒரு பையன் காப்பி கோப்பையுடன் நிற்க, அவனை விலக்கிக் கொண்டு வெளியே வந்து நடந்தான். நடந்து வந்த பிரதான சாலையில் நல்ல கூட்டத்தின் நடுவில் வாகனங்களை நிறுத்தி, பாதசாரிகள் கடக்கும் இடத்தில், சோமு தன்னிடமிருந்த அத்தனை நோட்டுக்களையும் இறைத்துப் பறக்க விட்டுவிட்டுத் திரும்பிப் பாராமல் போலீஸ் நிலையத்தை நோக்கி நடந்தான்.

பின் குறிப்பு...

சோமுவின் வழக்கு செஷன்ஸ் கோர்ட்டில் நடக்க இருக்கிறது. மறுபடி அந்தச் சிறையில் அண்டர் ட்ரயல் கைதிகளுக்கென்று தனி அறைக்குள் ஒன்றில் அவன் அனுமதிக்கப்பட்டான். சிறைக்

கான்டீனுள் கிடைத்த கண்ணாடி சீசா ஒன்றை ஒளித்துக்கொண்டு சென்று, தன் அறையில் அதை உடைத்து, கழுத்தில் கீறிக் கொண்டு தற்கொலை செய்துகொள்ள ஒரு தடவை முயற் சித்தான். அவனைப் பிழைக்க வைக்க சிறை ஆஸ்பத்திரியில் பெரும்பாடு ஆகிவிட்டது. பிழைத்து வந்ததும் அவன் தன்னை இனிமேலும் சேதப்படுத்திக்கொள்ளாதபடி கைகால் விலங் கிட்டு கண்டெம் வார்டில் வைத்திருந்தார்கள்.

ஆஸ்பத்திரியில் அவன் படுத்திருந்த படுக்கைக்கு மேலே சுவரில் நகத்தால், 'மீனா' என்று எழுதிவைத்திருக்கிறான்.

───────────